ഓർമ്മ
യെഴുതിയ
ഹീറോ
പേനകൾ

സതീശൻ ബി.

1974 ൽ വഞ്ചിപ്പുരയിൽ ഭാസ്ക്കരന്റേയും സരോജിനിയുടെയും മകനായി ആലപ്പുഴ ജില്ലയിലെ കണ്ണമംഗലത്ത് ജനിച്ചു. കണ്ണമംഗലം വടക്ക് എൽ.പി. എസ്., കണ്ണമംഗലം സൗത്ത് യു.പി.എസ്., ചെട്ടികുളങ്ങര എച്ച്.എസ്.എസ്, ടി.കെ.എം. കോളേജ് നങ്ങ്യാർകുളങ്ങര എന്നിവിടങ്ങളിൽ വിദ്യാഭ്യാസം. 2000 മുതൽ ഗ്രാഫിക് ഡിസൈനിംഗ് രംഗത്ത് പ്രവർത്തിക്കുന്നു. സുലക്ഷണയാണ് ഭാര്യ. മക്കൾ ആർദ്ര, ആരാധ്യ.

വിലാസം: വഞ്ചിപ്പുരയിൽ പടീറ്റതിൽ, കണ്ണമംഗലം വടക്ക്,
ചെട്ടികുളങ്ങര പി.ഒ., മാവേലിക്കര 690106
ഫോൺ: 9961410668, Email: satheeshmvlk@gmail.com

സമർപ്പണം

ഒരുപാടു(കെട്ടു)കഥകൾ പറഞ്ഞുതന്ന
പ്രിയപ്പെട്ട എന്റെ അച്ഛാച്ഛനും, അമ്മയ്ക്കും

പ്രസാധകക്കുറിപ്പ്

ലോകത്തിൽ എത്ര ജീവിതങ്ങളുണ്ടോ അത്രതന്നെ കഥകളുമുണ്ടെന്ന് നമ്മെ ഓർമ്മിപ്പിക്കുന്ന ഒരുപിടി രചനകളാണ് ഓർമ്മയെഴുതിയ ഹീറോ പ്പേനകൾ എന്ന ഈ സമാഹാരത്തിലുള്ളത്. ബി സതീശനാണ് രചയിതാവ്. സ്വന്തം ഗ്രാമത്തിലെ ജീവിതത്തിനിടയിൽ താൻ കണ്ടതും അറിഞ്ഞതും അനുഭവിച്ചതുമായ സന്ദർഭങ്ങളെയും വ്യക്തികളെയും മുഹൂർത്തങ്ങളെയും കലർപ്പേതുമില്ലാതെ കോറിയിടുകയാണിവിടെ. ഈ കഥകളിലൂടെ കടന്നുപോകുന്ന ഏതൊരാളും സ്വന്തം ചുറ്റുപാടുകളിലേക്ക് അറിയാതെ കടന്നുപോകുമെന്നുറപ്പാണ്. അതുകൊണ്ടുതന്നെ അഭിമാനത്തോടെയാണ് ബോധി ബുക്സ് ഈ പുസ്തകം കൈരളിക്കു കാഴ്ചവെയ്ക്കുന്നത്. വിധി നിർണ്ണയിക്കേണ്ടത് മാന്യവായനക്കാരാണ്.

ബോധി ബുക്സ്

ഓർമ്മയെഴുത്തുകൾക്ക് ഒരാമുഖം

ബാലരമ പി.ബി.നമ്പർ കോട്ടയം എന്നവിലാസത്തിലേക്ക് ചെറുകഥകളും കുട്ടിക്കവിതകളും എഴുതി അയച്ചു തുടങ്ങിയാണ് കഥയെഴുത്തിനും മറ്റും ഞാൻ തുടക്കമിട്ടത്. മടക്കത്തപാലിനുള്ള കവറും വച്ചെഴുതി അയച്ച കഥകളൊന്നും അച്ചടി മഷി പുരണ്ട് കണ്ടതുമില്ല മടക്ക തപാൽ കവർ എന്റെ മേൽവിലാസം തേടി തിരിച്ചുവന്നതുമില്ല, പിന്നീടെഴുതിയതൊക്കയും ചെറുപ്പത്തിൽ ആരും കാണാതിരുന്നു ഇരട്ട വാലനും ചിതലും വിശപ്പടക്കി. എങ്കിലും അവിടെയും ഇവിടെയുമൊക്കെ കുറിപ്പുകളായി വീണ്ടുമെഴുതി ആരും കാണാതെ, ആരോടും പറയാതെ... ഇന്ന് ഏറെ വൈകിയാണെങ്കിലും അവയൊക്കെ ചികഞ്ഞ് പെറുക്കി ചിന്തിച്ച് ഞാൻ കണ്ടതും അറിഞ്ഞതുമായ കുറെയേറെ ഓർമ്മകൾ വീണ്ടും കൂട്ടിയെഴുതി . ഓർമ്മകൾ ഓർത്തെടുക്കുക എന്ന സുഖകരവും ചിലപ്പോൾ അതിലേറെ ദുഃഖകരമായ അവസ്ഥയിൽ നിന്നും പിറവിയെടുത്ത കുറെ ഓർമ്മയെഴുത്തുകൾ ചേർത്തെഴുതുകയാണിവിടെ.

കേളി പത്രിക എന്ന മാഗസിന്റെ നിർമ്മാണവേളയിൽ ചില ഫില്ലറുകൾ ചേർക്കാനുള്ള ഒഴിഞ്ഞ കോളത്തിൽ ഞാൻ ഒരു ചെറുകഥയെഴുതിയിട്ടോട്ടെ എന്ന് ചോദിച്ചപ്പോൾ ചെറുകഥയെന്തിനാണ് നീ ഒരു വലിയ കഥതന്നെ എഴുതിയിട്ടോ എന്ന് സ്നേഹപൂർവ്വം പറഞ്ഞ് അനുവാദം തന്ന കേളി സെക്രട്ടറി പ്രിയ ജോൺ കെ. മാത്യു സാർ. ആ മാഗസിനിൽ ഒരു അരപ്പേജ് കഥയെഴുതി "ബലിക്കാക്കകൾ എന്ന പേരിൽ" പന്നീട് അടുത്തവർഷം കേളി പത്രികയിൽ എഴുതിയ കവിതയ്ക്ക് സ്നേഹത്തോടെ ഒരു ചിത്രം വരച്ചുതന്നു പ്രോത്സാഹിപ്പിച്ച പ്രിയപ്പെട്ട പ്രൊഫ.വി.സി. ജോൺസാർ, ഈ കഥകളും , കവിതകളുമൊക്കെ വായിച്ച് തെറ്റുതിരുത്തിയും എഴുതുമ്പോൾ പാലിക്കേണ്ട നിയമങ്ങളും പറഞ്ഞു തന്ന് ഇപ്പോഴും എന്റെ എഴുത്തുകൾ വായിക്കുന്ന ഗുരുതുല്യരായ പ്രിയപ്പെട്ട ടി.എ.എസ്.മേനോൻസാറും, പ്രൊഫ.വി.ഐ. ജോൺസൺ സാറും. എഴുതിയതെല്ലാം ചേർത്ത് ഒരു പുസ്തകമാക്കണമെന്ന് എന്നും എന്നെ നിർബന്ധപൂർവ്വം പ്രോത്സാഹിപ്പിക്കുന്ന ബോധിബുക്സിലെ ഹരികുമാർ ഇളയിടവും, വിവർത്തകനും, തിരക്കഥാകൃത്തുമായ പി. പ്രകാശ് ചേട്ടനും, ഈ ഓർമ്മ കഥകൾ വായിച്ച് തെറ്റുതിരുത്തി, നല്ലൊരു പിൻകുറിപ്പും എഴുതിത്തന്ന് എനിക്കൊപ്പം എന്നും സ്നേഹപൂർവ്വം നിൽക്കുന്ന പ്രിയപ്പെട്ട രഘുസാറും, ഒട്ടുമിക്ക കഥകളും ഗൂഗിൾ ഹാൻഡ്റൈറ്റിങ്ങിൽ എഴുതി സൂക്ഷിക്കാൻ പറ്റുന്ന നല്ലൊരു സ്മാർട്ട് ഫോൺ തന്ന പ്രിയപ്പെട്ട സുബാഷ് അണ്ണനും കുടുംബത്തിനും, എന്റെ എഴുത്തിനും വായനയ്ക്കും എല്ലാ പ്രോത്സാഹനവും നൽകുന്ന എന്റെ പ്രിയപ്പെട്ട ഭാര്യയും മക്കളും. എന്റെ സഹോദരങ്ങളും കുടുബവും, സ്നേഹം നിറഞ്ഞ കൂട്ടുകാർക്കും, തെറ്റുകൾ ചൂണ്ടിക്കാട്ടി പ്രോത്സാഹിപ്പിക്കും എന്ന ഉറച്ചവിശ്വാസത്തോടെ ഒരുപാടുകൾ കഥകൾ പറഞ്ഞു തന്ന് കണാമറയത്തിരുന്ന് ഇതെല്ലാം കാണുന്ന എന്റെ അച്ചാച്ചന്റേയും അമ്മയുടേയും ഓർമ്മയ്ക്കായി ഈ പുസ്തകം ആദരപൂർവ്വം സമർപ്പിക്കുന്നു.

സ്നേഹപൂർവ്വം
സതീശൻ ബി.

ഉള്ളടക്കം

ഒന്ന്

യക്ഷിപ്പന

പാഠം 1 പറ, പന

"പറ, പന" ഓർമ്മകളിൽ ആദ്യമായിവാക്കുകൾ കൂട്ടിച്ചേർത്ത് പഠിക്കുന്ന വാക്കുകളിലാദ്യത്തേത്.

'ക്ലാസ്സിൽ ആരൊക്കെ പറ കണ്ടിട്ടുണ്ട് '

പ്രിയപ്പെട്ട വാസുദേവൻപിള്ള സർ ചോദ്യങ്ങളോരോന്നായി ചോദിച്ചു തുടങ്ങി. രാവിലത്തെ ക്ലാസ്സും, കുട്ടികളെയും ഊർജ്ജമുള്ളവരാക്കിമാറ്റാൻ.

അവിടുന്നും ഇവിടുന്നുമൊക്കെ സാർ ഞാൻ കണ്ടിട്ടുണ്ട്

സാർ....ഞാൻ ക്ലാസ്സ് ആകെ ഒരു ഉത്സവപ്രതീതി

'ശരി ശരി'

'അടുത്തത് പന'

'പന ആരൊക്കെ കണ്ടിട്ടുണ്ട്'

ക്ലാസ്സിൽ ചെറിയൊരു നിശബ്ദത

ആരോ ഒരാൾ എണീറ്റ് നിവർന്നു നിന്ന് ഞാൻ കണ്ടിട്ടുണ്ട് ഞങ്ങൾ കുട്ടികൾ എല്ലാവരുടെയും മുഖം ഒരു അത്ഭുത ജീവിയെ കണ്ടെന്നോണം അവനിലേക്ക്.

'ശരി... ഇരിക്കു' സാർ പറഞ്ഞു.

'ഇനി എല്ലാവരും വരിയായി പുറത്തേക്ക് വാ'

താറാവിൻ കൂട്ടം ഇളകിവരുമ്പോഴുള്ള ശബ്ദകോലാഹലത്തോടെ എല്ലാവരും സ്കൂൾ വരാന്തയിലേക്ക്. മറ്റു ക്ലാസ്സിലെ കുട്ടികൾ തല

പൊക്കി ഞങ്ങളെ നോക്കി ചിരിക്കുന്നു, കൈപൊക്കി കാണിക്കുന്നു, കോക്രിപിടിക്കുന്നു.

സാറ് ചൂരൽവടി നീട്ടി അല്പം ദൂരെ സ്കൂളിന് സമീപത്തു നിൽക്കുന്ന തെങ്ങുപോലുള്ള ഒരു ഒറ്റത്തടി വൃക്ഷത്തെ ചൂണ്ടിപ്പറഞ്ഞു

'അതാണ് പന' എല്ലാവരും അത്ഭുതത്തോടെ അങ്ങോട്ട് നോക്കി നിന്നു. കൂട്ടത്തിൽ കണ്ണനും

'ശ്ശോ ഇതായിരുന്നോ പന, ഇത് ഞാൻ എന്നും കാണുന്നതല്ലേ. ഇതിന്റെ പേരറിയാതെ പോയി, അല്ലെങ്കിൽ അവനെക്കാളിലും മുന്നേ എഴുന്നേറ്റ് പറയാമായിരുന്നു'. കണ്ണൻ തെല്ലുവിഷമത്തോടെയിരുന്നു അന്നു വൈകും വരെ. വൈകിട്ട് സ്കുളുവിട്ട് കണ്ണൻ നേരെ വീട്ടിൽചെന്ന് അമ്മയോടു ചോദിച്ചു.

'അമ്മേ... അച്ചാച്ചൻ വന്നില്ലേ'

'ഇല്ല' അമ്മ മറുപടി പറഞ്ഞു

കണ്ണൻ പിന്നീട് അച്ചനെ കാത്തുള്ള ഇരിപ്പായിരുന്നു, പനയെക്കുറിച്ച് അറിയാൻ. കാരണം അച്ചൻ ആ പറമ്പിൽ ജോലിചെയ്യുന്നത് കണ്ണൻ ഒരു പ്രാവശ്യം കണ്ടിട്ടുണ്ട്.

അച്ചൻ വന്നപാടെ കണ്ണൻ പനയുടെ കാര്യത്തിലേക്ക് കടന്നു

'അച്ചാച്ചാ എന്നെ ആ പന നിൽക്കുന്ന അയ്യത്ത് കൊണ്ടുപോയി ആ പന ഒന്നു അടുത്തുകാണിച്ചുതരുമോ'

'ഏതു പന'

അച്ചൻ ചോദിച്ചു.

'സ്കൂളിനടത്ത് പനമൂട്ടിലയ്യത്തെ പന'

ഞാൻ പറഞ്ഞു

'ആ പനയോ' അച്ചന്റ ചോദ്യത്തിലെന്തോ പന്തികേടുപോലെ തോന്നി

കണ്ണൻ പറഞ്ഞു 'ഉം ആ പനതന്നെ'

'അല്ല നിനക്കെന്താ, ആ പനയുടെ അടുത്ത് ആരെങ്കിലും പോകുമോ'

'അതെന്താ' കണ്ണന്റെ അടുത്ത ചോദ്യം

'എടാ അത് യക്ഷിപ്പനയാണ്, അതിൽ യക്ഷിയുണ്ട്'

പുതിയൊരു കഥാപാത്രത്തെ ആദ്യമായി കേട്ടറിയുകയാണ് കണ്ണൻ. മനുഷ്യൻ, മൃഗം, പട്ടി, പൂച്ച എന്നൊക്കെ കേട്ടിട്ടുണ്ട്. യക്ഷീന്ന് ആദ്യമായാണ് കേൾക്കുന്നത്. ആ പേരിലെ ഭീകരതതന്നെ കണ്ണനെ ഞെട്ടിച്ചു.

മനുഷ്യനെ തിന്നുന്ന യക്ഷി.

രാത്രി കാലങ്ങളിൽ പനയിൽ നിന്നും ഇറങ്ങി സുന്ദരിയായ സ്ത്രീ രൂപം ധരിച്ച് വഴിയിൽ വന്നു നിന്നിട്ട് രാത്രി വഴിയാത്രക്കാരോട് ചുണ്ണാമ്പ് ചോദിച്ച് അടുത്തുവരുമെന്നും പിന്നീട് അവരെ പിടിച്ച് പനയിൽ കൊണ്ട് വച്ച് തിന്നുമെന്നും തുടങ്ങി ഒരു നീണ്ടവിവരണം. പേടിയോടെ അത് കേട്ട് കൊണ്ടുനിന്ന കണ്ണനോട് അച്ചൻ ചോദിച്ചു

'ആ പനയാണോ കാണേണ്ടത്, അതിന്റെ അടുത്തുപോലും പോകരുത്. അമ്പലത്തിലെ രക്ഷസ്സിന്റെ നേരെയാ അത് നിൽക്കുന്നത്. അതുകാരണം ഭയങ്കര ശക്തിയാ. ആ പറമ്പിലേക്കുപോലും ആരും പോകില്ല. ഒരുപ്രാവശ്യം ആ പറമ്പിൽ ഒന്നു പണിക്കുപോയതാ. ഒന്നു രണ്ടുദിവസം ഒന്നു ഉറങ്ങാൻ പോലും പാടുപെട്ടു. ഒന്നു കണ്ണടച്ചാൽ രക്തനിറമുള്ള നാക്കുനീട്ടിപിടിച്ചുനിൽക്കുന്ന യക്ഷി മുന്നിൽ വന്നു നിൽക്കുന്ന തോന്നലായിരുന്നു.പിന്നെയാ നിന്നെയും കൊണ്ടു ഞാൻ' കണ്ണന്റച്ചൻ പറഞ്ഞൊപ്പിച്ചു.

അന്ന് വൈകിട്ട് അത്താഴശേഷം അച്ചൻ തന്റെ പതിവുകഥപറച്ചിലിൽ യക്ഷി കേന്ദ്ര കഥാപാത്രമായ കടമറ്റത്ത്കത്തനാർ എന്ന സിനിമാ കഥയും, കൂടെ പനയന്നാർ കാവിലെ യക്ഷിയുടെ കഥയും കണ്ണനോടു പറഞ്ഞു.

ഒരു നെടുവീർപ്പോടെ കഥ കേട്ടുകഴിഞ്ഞ കണ്ണന് പിന്നീട് മൂത്രമൊഴിക്കുവാൻ പുറത്തിറങ്ങാൻ പേടിയായി.

അടുക്കളവാതിലിന്റെ കട്ടിളപ്പടിയിൽ നിന്ന് പുറത്തേക്ക് കണ്ണുമടച്ചുപിടിച്ച് പെടുത്തിട്ട് ഒറ്റയോട്ടം.

'ഒന്നാമതേ ഇവൻ പേടിച്ചുതൂറിയാ അതിന്റെ കൂടെ നിങ്ങളുടെ യക്ഷിക്കഥയും' അടുക്കളയിൽ ഇരുന്ന് അമ്മ കണ്ണന്റെ അച്ഛനോട് പറഞ്ഞു.

രാത്രിയിൽ യക്ഷിയെ ഓർത്ത് ഉറക്കം വരാതെ തലയിണയിൽ മുഖമമർത്തി പേടിച്ച് ചുരുണ്ടുകൂടി പേടിയോടെ കിടന്ന നാളുകൾ. സ്കൂളിൽ പോയാൽ പിന്നീട് പന നിൽക്കുന്ന പറമ്പിലേക്ക് നോക്കാതിരിക്കാൻ കണ്ണൻ പ്രത്യേകം ശ്രദ്ധിച്ചിരുന്നു.

പിന്നീട് പേടിയോടെ മാത്രമേ പനവൃക്ഷത്തെ കണ്ണൻ ഓർത്തിരുന്നുള്ളു. വർഷങ്ങൾക്ക് ശേഷം ദൂരദർശനിൽ കടമറ്റത്ത് കത്തനാർ സിനിമ കണ്ടതോടെ ആ പേടിയ്ക്ക് തീവ്രതയുംകൂടി.

ബാല്യവും യൗവനവും കൗമാരവും കടന്നുപോയിരുന്നെങ്കിലും

പന കണ്ണന്റെ പേടിസ്വപ്നമായിരുന്നു.

പിന്നീടൊരിക്കൽ പഴനിക്ക് തീർത്ഥയാത്രപോയപ്പോൾ പാലക്കാടും, പിന്നീട് തമിഴ്നാട്ടിലേക്കും വണ്ടിപ്രവേശിച്ചമാത്രയിൽ അങ്ങും ഇങ്ങും പനകൾ കാണുവാനായി. എങ്ങും കുടപ്പനകൾ. ഇരുളുവീണു തുടങ്ങിയ ആ യാത്രയിൽ പനകളുടെ മുകളിലേക്ക് കണ്ണൻ ഇടയ്ക്കൊക്കെ പേടിയോടെ നോക്കിയിരുന്നു.

പക്ഷേ കഥകളിൽ കേട്ട യക്ഷിയെ അവിടെങ്ങും കാണുന്നില്ല. തമിഴ്നാട്ടിൽ യക്ഷികൾ കാണില്ലായിരിക്കും, യക്ഷികൾ കേരളത്തിലല്ലേ? അവിടെ പാതിരാത്രിയോളം കഥകളികണ്ടും, ഒളിബാന്ധവം കഴിഞ്ഞും വരുന്ന നമ്പൂരിശ്ശന്മാരില്ലല്ലോ. അങ്ങനെ ഓർത്തപ്പോൾ തെല്ലൊരാശ്വാസം തോന്നി.

പതിവുപോലെ വൈകുന്നേരത്തെ ആൽത്തറ ചർച്ചയിൽ ആരോ പറഞ്ഞു 'പന നിൽക്കുന്ന പറമ്പ് വിൽക്കുവാ, ആരോ ക്രിസ്ത്യാനികളാ വാങ്ങുന്നത്, അവരുടെ കഷ്ടകാലം, പന നിൽക്കുന്ന പറമ്പാ കുറെ അനുഭവിക്കും'.

ഹൊ... കണ്ണന്റെ മനസ്സിലൊരു നൂറു പൂത്തിരി കത്തിയമർന്നു, പന അത് വെട്ടണം, നമ്മുടെ നാട്ടിലെന്തിനാ ഒരു യക്ഷിപ്പന. മനസ്സിലാകെയൊരു സന്തോഷം. നാളുകൾക്ക് ശേഷം പറമ്പ് വാങ്ങിയവർ പനയും അതോടൊപ്പം നിന്ന കൂവളമരവും വെട്ടിക്കളഞ്ഞു. ആ പറമ്പിൽ ഇപ്പോൾ നാലഞ്ച് വീടുകൾ മാത്രം. സാത്താനെ പേടിപ്പിക്കുന്ന ഈശോയെ വിശ്വസിക്കുന്ന അവരിൽ ആരെങ്കിലും രാത്രിയിൽ പനതേടിയെത്തുന്ന യക്ഷിയെ കണ്ട് പേടിക്കുമോ?

രണ്ട്

സംക്രാന്തി

വള്ളംകളിക്ക് ബാബുച്ചായനും കൂട്ടരും കൊണ്ടുവന്ന കളിവള്ളം ആവേശത്തോടെ തുഴഞ്ഞു മുന്നേറുന്നതുകാണുമ്പോൾ വല്ലാത്തൊരാനന്ദ മായിരുന്നു കാണികൾക്ക്. സംക്രാന്തിദിനത്തിൽ ഞങ്ങളുടെ ഗ്രാമത്തിൽ പരമ്പരാഗതമായി കൊണ്ടാടുന്ന വള്ളംകളി നടക്കുന്ന ദിവസമാണ്. പ്രശസ്ത സാഹിത്യകാരൻ എ.പി.കളയ്ക്കാടിന്റെ നോവലായ സംക്രാന്തി പ്രശസ്ത കാഥികൻ പ്രൊഫ.വി.സാംബശിവൻ കഥാപ്രസംഗരൂപത്തിൽ പറഞ്ഞ കഥ. "സംക്രാന്തി" ഞങ്ങളുടെ നാടിന്റെയും ഒരുകാലഘട്ടത്തിന്റെ യും കൂടി കഥയാണ്. ഏവൂരെന്ന കൊച്ചുഗ്രാമത്തിന്റെയും അതിന്റെ തെക്കും കിഴക്കും പ്രദേശമായ പത്തിയൂരും, കണ്ണമംഗലവും ചേരുന്ന ഗ്രാമ ങ്ങളുടെ സ്വന്തം വള്ളംകളി

നിറഞ്ഞ കൃഷ്ണനെക്കാണാൻ
പുലർകാലെ പുറപ്പെടാം
അറിഞ്ഞുവല്ലതും കൂടി തന്നയയ്ക്കേണം
ഓ....തിത്തിത്താരാ... തിത്തിതൈ
തിതൈത തക തെയ്യ്തെയ്യ്തോം

മിഥുനമാസം അവസാനിക്കുന്നതിന് രണ്ട് നാൾമുന്നേ പത്തിയൂർ കരിപ്പുഴ ഉള്ളിട്ട പുഞ്ചയിൽ മാറ്റൊലികൊള്ളുന്ന ആവേശോജ്ജ്വലമായ വഞ്ചിപ്പാട്ട്.

കുട്ടനാടൻ പ്രദേശങ്ങളിൽ കച്ചവടത്തിനായി പോകുന്ന ഒരു വള വരവള്ളം, കെട്ടുവള്ളം അതാണ് ആദ്യമായി കാണുന്ന വലിയവള്ളം.

കായൽപരപ്പിലൂടെയുള്ള യാത്രയും, ചുഴലിക്കാറ്റേറ്റ് പാമരം ഇളകിവീണിട്ടും കഴുക്കോലിനുപോലും ആഴമളക്കാൻപറ്റാത്ത കായലിലൂടെ ആത്മധൈര്യത്തിന്റെ പിൻബലത്തോടെ വള്ളം കരക്കടുപ്പിച്ച് രക്ഷപെട്ടതുൾപ്പെടെയുള്ള വള്ളക്കഥകൾ പറയുന്ന പത്മാരച്ഛന്റേതാണ് ആ വള്ളം. അതിൽ സക്രാന്തി ദിവസം ഏവൂരമ്പലത്തിൽ കുട്ടികളായ ഞങ്ങളെയും കുറെ മുതിർന്നവരേയും കയറ്റി തൊഴുവാൻ കൊണ്ടു പോകുന്ന പതിവുണ്ടായിരുന്നു കാലങ്ങളോളം.

ആ വള്ളത്തെ ചുറ്റിപ്പറ്റി കുറെയേറെ കഥകളുണ്ട്. അത് പിന്നീട് പറയാം. സക്രാന്തി വള്ളം കളിയുടെ അന്ന് അമ്മ പരിപ്പും പപ്പടവും തോരനുമൊക്കെ വച്ച് ഒരു കുഞ്ഞു സദ്യ ഉണ്ടാക്കും. അതിന് മുമ്പ് ഞാനോ അനിയനോ ഒരു തോർത്തുടുത്ത് ഒരു മുറത്തിൽ മുറികൾ തൂത്തുവാരിയതിന്റെ അവശിഷ്ടങ്ങളും എച്ചിലും മാറാലയും എല്ലാം കൂടി വെള്ളയ്ക്കാതേരുണ്ടാക്കി അതിൽ വച്ച് വലിച്ച് പഞ്ഞം പഞ്ഞം പോപോ എന്നുറക്കെ പാടിക്കൊണ്ട് അതെല്ലാം കൂടി അടുത്ത പറമ്പിന്റെ ഏതെങ്കിലും കോണിൽ കൊണ്ടിടും മൂധേവിയെ ഓടിക്കുവാനായി. പഞ്ഞകാലം പോയി നല്ലകാലം വരാനുള്ള ഒരു പ്രാർത്ഥന. പിന്നെ പാക്കരച്ഛനും ബേബിച്ചായനും കുഞ്ഞുമോനച്ചായനും ഒക്കെ വലയിടാൻ പോകുന്ന വള്ളത്തിൽ ഓലമടൽ തുഴയുമായി വള്ളത്തിൽ കായലുപോലെ വെള്ളം നിറഞ്ഞു കുഞ്ഞോളങ്ങൾ തല്ലുന്ന പുഞ്ചയിലൂടെ അങ്ങോട്ടുമിങ്ങോട്ടും തുഴച്ചിൽ. ഇടയ്ക്ക് ഇടയ്ക്ക് മുങ്ങുന്നവള്ളം എല്ലാവരും കൂടി പൊക്കിയെടുത്ത് വെള്ളം തേവിക്കളഞ്ഞ് പിന്നെയും തുഴച്ചിൽ. ഉച്ചയൂണു കഴിയുമ്പോഴേക്കും നാലുദിക്കിൽ നിന്നും വള്ളം കളികാണാൻ ആൾക്കാരുടെ വരവുതുടങ്ങും, സമീപപ്രദേശങ്ങളിലുള്ളവരും നാട്ടിൽ നിന്ന് ദൂരെ ദിക്കിൽ പോയി താമസിക്കുന്നവരും അന്നേ ദിവസം ഏവൂർ പുഞ്ചയുടെ കിഴക്കേക്കരയിൽ ഒത്തുകൂടും.

പിന്നെ ഏവൂരപ്പന്റെ വള്ളം വരാനായികാത്തിരിപ്പാണ്. പണ്ട് കാലം തൊട്ടേ ഏവൂർ ദേശത്തെ തെക്കേ പാലമൂട്ടിലേയും വടക്കേ പാലമൂട്ടിലേയും കരക്കാരുമൊത്തുചേർന്ന് അലങ്കരിച്ച ഒരു ചുരുളൻ കളിവള്ളത്തിൽ ക്ഷേത്രത്തിലെ ദേവസങ്കൽപവുമായി കിഴക്കേ കരയിലേക്ക് ഒരു ചെറിയ ജലഘോഷയാത്ര. അകമ്പടിയായി കുറെ കൊച്ചുവള്ളങ്ങളും. കിഴക്കേക്കരയിൽ നിന്നും ചെറുവള്ളങ്ങൾ ഏവൂരപ്പനെ സ്വീകരിക്കുവാനായി പടിഞ്ഞാറോട്ട് തുഴയും . ആർപ്പുവിളികളും ആരവങ്ങളുമുയരുന്ന ആ ധന്യമുഹൂർത്തം. പണ്ട് കാലത്ത് ശ്രീനാരായണപുരത്തപ്പനെ കണ്ട് ഏവൂരപ്പൻ യാത്രചോദിച്ചുപോകുന്ന ഒരു പതിവുണ്ടായിരുന്നുപോലും. ഈ രണ്ട് ക്ഷേ

ത്രങ്ങളിലെയും പ്രതിഷ്ഠാദിനത്തോടനുബന്ധിച്ച് നടന്നൊരു കഥയും പഴമക്കാർ പറഞ്ഞുകേട്ടിട്ടുണ്ട്. കർക്കിടകം ഒന്നാം തീയതി പരമ്പരാഗതമായി കൊണ്ടാടുന്ന ഈ വള്ളം വരവാണ് ഞങ്ങളുടെ സങ്ക്രാന്തി വള്ളം കളി. കുറച്ച് നാളുകൾ മുമ്പുവരെ ഈ ചടങ്ങ് നടന്നതിനുശേഷം പത്തിയൂരിലും, കണ്ണമംഗലത്തും ചെറിയതോതിലുള്ള മത്സരവള്ളം കളി നടന്നിരുന്നു. ഇരുട്ടുകുത്തി, ചുരുളൻ, വെപ്പ് തുടങ്ങിയ വള്ളങ്ങളും മത്സരത്തിൽ പങ്കെടുത്തിരുന്നു. വള്ളംകളി വെള്ളം കളിയായപ്പോൾ "വള്ളം" കളി മുടങ്ങി. എന്നാലും ഇന്നും ഒരു മുടക്കവുമില്ലാതെ ഏവൂരപ്പൻ സങ്ക്രാന്തി നാളിൽ ശ്രീനാരായണപുരത്തപ്പനെയും കണ്ണമംഗലം ദേശക്കാരെയും കാണാനായി എത്തുന്നു.

ഈ അടുത്തകാലം തൊട്ട് വള്ളസദ്യയും, പറയും, നേർച്ച കുലകളും ഒരുക്കി കിഴക്കേകരയിൽ മാടശ്ശേരിൽ ജെയിംസ് അച്ചായനും, മണ്ണോലി രാജണ്ണനും നാട്ടുകാരുമൊത്തുചേർന്ന് വളരെ വിപുലമായ രീതിയിൽ സങ്ക്രാന്തി ആഘോഷിക്കുന്നു. വരും തലമുറക്ക് ഓർത്തുവയ്ക്കാൻ ഓർമ്മയിൽ സൂക്ഷിക്കാനായി ഒരു സങ്ക്രാന്തി ദിവസം.

മുണ്ടിൽ പൊതിഞ്ഞ പൊതിയും
മുഖ്യമായ പുസ്തകവും
രണ്ടും കൂടി കക്ഷത്തിങ്കലിടുക്കിക്കൊണ്ട്
ഓ തിത്തിത്താരാ തിത്തൈ തക തെയ്യ് തെയ്തോം.

മൂന്ന്

പട്ടം

'തോമാച്ചായ,തോമാച്ചായ' എന്നുള്ള വിളി കേട്ട് ചിന്നമ്മച്ചി പുറത്തേക്കിറങ്ങി വന്നു ചോദിച്ചു.

'ആരായിത് രാവിലെ..? ഓ കോന്തൻ കുഞ്ഞായിരുന്നോ ?

എന്താ കുഞ്ഞേ ഈ കൊച്ചു വെളുപ്പാങ്കാലത്ത്'ചിന്നമ്മച്ചിയുടെ കോന്താവിളി കേട്ടപ്പൊഴേ ഗോവിന്ദന് തെല്ലൊരരിശം തോന്നിയിരുന്നു. എങ്കിലും ആവശ്യക്കാരനായിപ്പോയില്ലേ എല്ലാം സഹിക്കുക തന്നെ.

'എടാ കൊച്ചനേഅവൻ കരോള് പാട്ടിനു പോയിട്ടു ദാ ഇപ്പോ വന്നു കിടന്നതേയുള്ളൂ. അവനെ ഉറക്കത്തീന്നു വിളിച്ചാ മൂശാട്ട കേറും. നീ പോയിട്ടു പിന്നെ വാ' ചിന്നമ്മച്ചി പറഞ്ഞു.

ഇതു കേട്ടു ചെറിയൊരു വിഷമത്തോടെ തിരിഞ്ഞു നടന്ന ഗോവിന്ദനോട് ചിന്നമ്മച്ചി തിരക്കി

'അല്ല കൊച്ചനെ ഒന്നു നിന്നേടാ, എന്താടാ കാര്യം, വല്ല കുരുക്കൊപ്പിക്കലുമാണോ'?

'ഏയ് അതൊന്നുല്ല, ഇതു വേറൊരു കാര്യമാണ്' ഗോവിന്ദൻ പറഞ്ഞു.

'എന്നാലും എന്നോടൊന്നു പറ. അവനുണരുമ്പോൾ ഞാനവനോടു പറയാം' ചിന്നമ്മച്ചി ഒന്നെറിഞ്ഞു നോക്കി. ആ ഏറ് ഗോവിന്ദന് ഏറ്റു.

ഗോവിന്ദൻ ഒന്നുകൂടി മുന്നോട്ടുനടന്നു ചിന്നമ്മച്ചിയുടെ അടുത്തെത്തി പറഞ്ഞു

'നല്ലൊരു പട്ടമുണ്ടാക്കാനാ'

'ഓ...പട്ടമോ., എടാ കൊച്ചനേ പട്ടത്തിനു കടലാസൊക്കെ വേണ്ടായോ, കടലാസിനെവിടെ പോകും' ചിന്നമ്മച്ചി ചോദിച്ചു

'അതാ പ്രശ്നം കടലാസില്ല' വിഷമത്തോടെ ഗോവിന്ദൻ അങ്ങനെ പറഞ്ഞെങ്കിലും പെട്ടെന്ന് ആ മുഖത്ത് സന്തോഷപ്പൂത്തിരി കത്തി.

'അമ്മച്ചി എന്റെ കൈയിൽ രണ്ടു രൂപായുണ്ട്, മാമൻ വന്നപ്പൊ തന്നതാ. തോമാച്ചായന് രണ്ടുരൂപ കൊടുത്താൽ പട്ടമുണ്ടാക്കിത്തരുമെന്ന് അപ്പുറത്തെ ബിജുവച്ചായൻ പറഞ്ഞു. ഞാനൊന്നു രണ്ടിടത്തു ചെന്ന് പത്രക്കടലാസു ചോദിച്ചു. ആരും തന്നില്ല. പിന്നെ തറേലെ സാറു പറഞ്ഞു അവരുടെ അടയ്ക്കാമരത്തിൽ കയറി പാക്കു പറിച്ചു കൊടുക്കാമെങ്കിൽ പത്രക്കടലാസും കൂലിയായി ഒരു രൂപ കൂടിതരാമെന്ന്.

'എന്നിട്ടു നീ പാക്കു പറിച്ചോ' ചിന്നമ്മച്ചി ചോദിച്ചു

'ഉം പകുതിയിടയിൽ കൂടുതൽ കയറി; പെട്ടെന്ന് പടിഞ്ഞാറോട്ടു നോക്കി യപ്പോൾ നമ്മുടെ പുഞ്ചപ്പാടം മൊത്തം കാണാം. തെക്കും വടക്കും പടിഞ്ഞാറുമെല്ലാം. അത്ര ഉയരമായിരുന്നു അതിന്. ആകെ പേടിച്ചു പിന്നൊന്നും നോക്കിയില്ല താഴേക്കൊരു പാച്ചിലായിരുന്നു'

ഗോവിന്ദൻ തന്റെ കൈവെള്ള ചിന്നമ്മയ്ക്കു നേരേ നീട്ടി കാണിച്ചിട്ട് പറഞ്ഞു ' ദാ നോക്കിയെ കൈയും, നെഞ്ചും, വയറും തുടയുടെ രണ്ടു സൈഡും ചെറുതായി ഉരഞ്ഞു. എന്റെ താഴേക്കുള്ള നിരക്കം കണ്ട്, ഒരുകുല പാക്ക് വാവലു തിന്നോണ്ടു പോകട്ടെ. ആർക്കെന്തുചേതം എന്ന് സാറു സങ്കടപ്പെട്ടു പറഞ്ഞോണ്ട് കേറികതകടച്ചു. പേപ്പറും കിട്ടിയില്ല, ഒരു രൂപായും പോയി. മേലും ഉരഞ്ഞുകീറി. ചേതം എനിക്കുമാത്രം.

'അല്ലേലും അങ്ങേരു ദുഷ്ടനാ,ഒരു കീറു കലാസിനു വേണ്ടി ഒരു കൊച്ചു ചെറുക്കനെ അടയ്ക്കാമരത്തിൽ കയറ്റിയിരിക്കുന്നു. പന്നേൻ പുഴുത്തു ചാവത്തതേയുള്ളൂ. ആർക്കുണ്ടാക്കുവാ. പിള്ളയുമില്ല പിടക്കോഴിയുമില്ല. നീ വിഷമിക്കേണ്ടാ. നാളത്തെ സന്ധ്യാപ്രാർത്ഥനയ്ക്ക് അമ്മച്ചി പള്ളിയിൽ പോയിട്ടുവരുമ്പോൾ അച്ചന്റെ മേടയിൽ നിന്ന് രണ്ട് പത്രക്കടലാസു ചോദിച്ചു വാങ്ങാം. നീ ചെല്ല് നാളെ വാ'.

ചിന്നമ്മച്ചി ഗോവിന്ദനെ പറഞ്ഞു സമാധാനിപ്പിച്ചു, എന്നിട്ടു ചോദിച്ചു, 'എടാ കൊച്ചനേ നിന്റെ പള്ളിക്കൂടമടച്ചോ'

അതുകേട്ട് സന്തോഷത്തോടെ ഗോവിന്ദൻ പറഞ്ഞു

'അടച്ചമ്മച്ചി സ്കൂൾ അടച്ചു. ഇനി പത്തുദിവസം ക്രിസ്തുമസ്സിന്റ വധിയാ, അതിനാ പട്ടം. പാടത്തു ഞാറു കിളിച്ചു തുടങ്ങി. ഇനിയങ്ങോട്ട് പത്തുദിവസം ഞങ്ങൾ പൊളിക്കും'.

എന്നു പറഞ്ഞിട്ടോടിയ ഗോവിന്ദൻ ചെന്നു നിന്നത് തന്റെ അമ്മ യുടെ മുന്നിൽ

'എന്താടാചെറുക്കാ രാവിലെ കുതിരചാടി നടക്കുന്നത്, സ്കൂളു തുറക്കുമ്പോഴേക്കും കാലോ കൈയോ ഒടിച്ചിടണം, കേട്ടോ'

അമ്മ ഗോവിന്ദനെ ചെറുതായൊന്നു വഴക്കുപറഞ്ഞു.

'അമ്മേ തോമാച്ചായനെക്കൊണ്ടു പട്ടമുണ്ടാക്കി തരാമെന്നു ചിന്ന മ്മച്ചി പറഞ്ഞു. അതിന്റെയൊരു സന്തോഷത്തിലാ ഞാൻ'. ഗോവിന്ദൻ അതീവ സന്തോഷത്തോടെ അമ്മയോടുപറഞ്ഞു.

'അമ്മേ ആ സരളയക്കയുടെ വീടുവരെയൊന്നു പോയിട്ടു വരാം, എനിക്കു രണ്ട് ചെമ്പോട്ടിപ്പൂ തരാമെന്നു പറഞ്ഞിട്ടുണ്ട്' എന്നുപറഞ്ഞ് ഓടിയ ഗോവിന്ദനോട് അമ്മ പറഞ്ഞു.

'നില്ല്, നില്ല്, ഞാനൊന്നു പറയട്ടെ, ഞാൻ ബ്ലൗസു തയിച്ചതുവാ ങ്ങിക്കാൻ ചെന്നപ്പോൾ അവൾ ചെമ്പോട്ടിപ്പൂ എന്റെ കൈയിൽ തന്നു വിട്ടു. അത് അടുക്കളയിൽ തട്ടേൽ വെച്ചിട്ടുണ്ട്'

'എന്നാലും ഞാനൊന്നു പോയിട്ടുവരാം' ഗോവിന്ദൻ നിർബന്ധം പിടിച്ചു.

'എനിക്കറിയാം ഇപ്പഴെന്താ അങ്ങോട്ടൊരു സർക്കീട്ടെന്ന്, എന്റെ പൊന്നുമോനേ. നിന്റെ അമ്മയാ ഞാൻ കേട്ടോടാ, പട്ടം പറത്താനുള്ള നൂലുമേടിക്കാനല്ലേ മോനെ നിന്റെയീ തുള്ളിച്ചാട്ടം. എന്നാ പോയിട്ടു വേഗം വാ' ഗോവിന്ദനോട് അമ്മ പറഞ്ഞു.

അല്പസമയത്തിനുള്ളിൽ റോക്കറ്റ് വേഗത്തിൽ പോയ ഗോവിന്ദൻ നിരാശനായി തിരികെവരുന്നതു കണ്ട അമ്മ അല്പം കളിക്കാലോടെ തന്നെ ചോദിച്ചു

'എന്തു പറ്റി മോനേ, മോനു നൂലു കിട്ടിയില്ലേ' ഒന്നുപോമ്മേ കളിയാക്കാതെ, സരളേച്ചിയുടെ അമ്മൂമ്മ മരിച്ചുപോയെന്ന്. അവരെല്ലാവരും അങ്ങോട്ടു പോയി, ഇനി നാലഞ്ച് നാൾ കഴിഞ്ഞേ വരൂ. അപ്പോഴേക്കും എന്റെ സ്കൂളും തുറക്കും' എന്നുപറഞ്ഞ് സങ്കടത്തോടുനിൽക്കുന്ന ഗോവി ന്ദനെ അമ്മ അടുത്തുനിർത്തി തലോടിക്കൊണ്ടു പറഞ്ഞു.

സാരമില്ല പോട്ടെ,'എന്റെ മോൻ നൂലില്ലാതെ പട്ടം പറത്തിയാ മതി'

'അമ്മേ എനിക്കു ദേഷ്യം വരുന്നുണ്ടു കേട്ടോ, അന്നേരമാ അമ്മ

യുടെ ഒരു തമാശ' എന്നു പറഞ്ഞിട്ട് ഗോവിന്ദൻ പുഞ്ചപ്പാടത്തേക്കോടി.

കിഴക്കേക്കരയിലെ ആകാശത്ത് മൂന്നാലു പട്ടങ്ങൾ ആകാശം തൊട്ടുതൊട്ടില്ല എന്ന മട്ടിൽ ഉയർന്നു പറക്കുന്നു. പടിഞ്ഞാറൻ കാറ്റിന്റെ താളംതുള്ളലിൽ ചില പട്ടങ്ങൾ കോഞ്ചാലം കുത്തുന്നു. മറ്റ് ചിലത് വാലുംതുള്ളിച്ച് മുന്നോട്ടു കുതിക്കുന്നു. പടിഞ്ഞാറെക്കരയിലും, കിഴക്കേക്കരയിലും പട്ടത്തിന്റെ ഉയർന്നുപറക്കൽ കണ്ടിട്ട് കരഘോഷങ്ങളും, കൂക്കുവിളികളും ഉയരുന്നു.

ഈ പടിഞ്ഞാറെ കരക്കാർക്ക് അവരുടെ ആകാശത്ത് പറത്തിയാ പോരേ അവരുടെ പട്ടം. ഇങ്ങ് കിഴക്കേക്കരയുടെ മാനത്തു കൊണ്ടുവന്നു തുള്ളിച്ചാടണോ, അതുകണ്ട് ഗോവിന്ദന്റെ മനസ്സിൽ ഒരുകൊച്ചു അസൂയ കോഞ്ചാലം കുത്തി മറിഞ്ഞു. ഉയർന്നുപറക്കുന്ന പട്ടത്തിനൊപ്പം മാനത്ത് കത്രികക്കിളികളും ചുട്ടിപ്പരുന്തും തത്തിക്കളിക്കുന്നുണ്ട്. പട്ടത്തിനും അങ്ങ് മേലേ മാനത്ത് ഒരുപൊട്ടു കണക്കെ ഒന്നു രണ്ടു കൃഷ്ണപ്പരുന്തുകൾ മാനം മുട്ടി പറക്കുന്നു. ആ കാഴ്ച ഗോവിന്ദന്റെ മനസ്സിൽ നാളെ തന്റെ പട്ടവും മാനം മുട്ടിപ്പറക്കുന്ന ചക്കിപ്പരുന്തുകൾക്കൊപ്പം പറത്തി കളിക്കാനായി മോഹിച്ചു.

പെട്ടെന്നായിരുന്നു ആകാശത്ത് ചുറ്റിപ്പറന്ന രണ്ടു പരുന്തുകൾ തമ്മിൽ കൊത്തു തുടങ്ങിയത്. ഒരു പരുന്തിന്റെ ഇരുകാലുകളിൽ തൂങ്ങി മറ്റൊരു പരുന്തും ചുറ്റിക്കറങ്ങി ഉയർന്നും താഴ്ന്നും പറക്കുന്നതിനിടയ്ക്ക് ഉയർന്നു പറന്നൊരു പട്ടത്തിൽ വന്നിടിച്ച് പട്ടം നൂലിൽ നിന്നു പൊട്ടി ദിശതെറ്റി കാറ്റിനൊപ്പം കറങ്ങി അകന്നുപോകുന്ന കാഴ്ച ഗോവിന്ദൻ കണ്ടത്. അതോടൊപ്പം എവിടുന്നൊക്കയോ കുക്കുവിളികളും ഉയർന്നു. നിമിഷങ്ങൾ കഴിഞ്ഞപ്പൊഴേക്കും പച്ചവിരിച്ചു നിൽക്കുന്ന പാടത്തേക്ക് പട്ടത്തിന്റെ നൂൽ വീണു കൊണ്ടിരുന്നു, ഗോവിന്ദന്റെ കൺമുന്നിൽ തന്നെ. പിന്നെ പറയണോ. തന്റെ നേരെ മുന്നിൽ വീണു കിടക്കുന്ന നൂലിന്റെ ഒരറ്റം നോക്കി ഞാറിന്റെ മുകളിലൂടെ കൈ വെള്ളയിൽ കൂടി നൂലോടിച്ച് മുന്നിൽ കണ്ട ഈടി ചവട്ടിക്കേറി ശമേലപ്പാന്റെ വീടിന്റെ മുന്നിലെത്തി, അപ്പോഴതാ നൂലിന്റെ ഒരറ്റം പിടിച്ച് ശമേലപ്പാൻ വിരൽ വലുപ്പത്തിലൊടിച്ച ഉണങ്ങിയൊരു ചീനിക്കമ്പിൽ നൂലു ചുറ്റിയെടുക്കുന്നു!. അതു കണ്ട് നിരാശയോടെ ഗോവിന്ദൻ സങ്കടത്തോടെ മുന്നോട്ടു നടന്നു.

'ടാ നീയൊന്നു നിന്നേ', ശമേലപ്പൻ ഗോവിന്ദനെ വിളിച്ചു. വിളി കേട്ട മാത്രയിൽ തന്നെ ഗോവിന്ദൻ തിരിഞ്ഞു നിന്നു.

'എന്താപ്പോ ' ദാ ഇത് നീ ചുറ്റിയെടുത്തോ, നിനക്ക് പട്ടം പറത്താം

അതുകേൾക്കേണ്ട താമസം ശമേലപ്പാന്റെ കൈയിൽ നിന്നും നൂൽ ചുറ്റിയ കമ്പ് വേഗം വാങ്ങി നൂലുചുറ്റി തുടങ്ങി. പിറ്റേന്നു തന്നെ തോമാച്ചായൻ പട്ടം ഉണ്ടാക്കി നൂലും കെട്ടി ഗോവിന്ദനു കൊടുത്തപ്പൊഴേക്കും എല്ലായി ടത്തും സന്ധ്യവിളക്ക് കൊളുത്തിയിരുന്നു. ഇനി പട്ടം പറത്താൻ വീട്ടിൽ നിന്നും വിടത്തില്ലെന്നറിയാവുന്ന ഗോവിന്ദൻ ദു:ഖത്തോടെ പട്ടവുമായി നടന്നു പോയി. പിറ്റേന്നുണരാൻ വൈകിയ ഗോവിന്ദനെ അമ്മ വിളിച്ചു ണർത്തി

'എടാ ഗോവിന്ദാ ഡാ ഗോവിന്ദാ, എന്തൊരുറക്കമാടാ നീയിന്നു ണരുന്നില്ലേ, നേരമെത്രായെന്നറിയാമോ. നിന്റെയൊരു കുംഭകർണ്ണ സേവ, നീയിന്നു പട്ടം പറത്തുന്നില്ലേ' അമ്മ ചോദിച്ചു.

പട്ടം എന്നു കേട്ടപ്പൊഴേ കിടക്കപ്പായേന്നും ചാടിയെഴുന്നേറ്റ ഗോവിന്ദൻ പല്ലുതേച്ചൊന്നുവരുത്തി വേഗം പട്ടമെടുക്കാനായി മുറിക്കുള്ളി ലേക്കോടി. പട്ടമെടുത്തു മുറ്റത്തിറങ്ങിയപ്പോഴേക്കും പടിഞ്ഞാറു പുഞ്ച ക്കണ്ടത്തിൽ ഗോവിന്ദന്റെ കൂട്ടുകാർ ആർത്തു കൂക്കുവിളിക്കുന്ന ശബ്ദം കേൾക്കാം.ഗോവിന്ദൻ വേഗം പട്ടമെടുത്തോണ്ടോടി. ഓടിക്കിതച്ചെത്തിയ ഗോവിന്ദൻ വരമ്പത്തെ കാഴ്ച കണ്ട് അമ്പരന്നുപോയി. വടക്കേതിലെ കിഷോർ വർണ്ണക്കടലാസിൽ ഉണ്ടാക്കിയ ഒരു പട്ടവുമായി നിൽക്കുന്നു. അവന് അമ്മാവൻ കന്യാകുമാരിയിൽ നിന്നും വാങ്ങി കൊണ്ടു വന്ന ആ പട്ടത്തിന് അകമ്പടി സേവിച്ച് കുറെ കൂട്ടുകാരും. എങ്കിലും കുറച്ചകന്നു മാറി നിന്ന് ഗോവിന്ദൻ തന്റെ പട്ടവും നൂലുവെട്ടിച്ചും ആട്ടിയും പറത്തിക്കളി ച്ചു. കിഷോറും കൂട്ടരും അവരുടെ പട്ടവും പറത്തിരസിച്ചു. കാറ്റിന്റെ വേഗ ത്തിനുസരിച്ചു തുള്ളിച്ചാടി ഇരുപട്ടങ്ങളും ഒന്നിനൊന്നു മുകളിലേക്ക് കുതിച്ചു, അപ്പോഴും ശരപക്ഷികളും, പരുന്തിൻ കൂട്ടവും അന്തരീക്ഷത്തിൽ തലങ്ങും വിലങ്ങും പായുന്നുണ്ടായിരുന്നു.

കാറ്റിന്റെ ഗതി മാറുന്നതിനനുസരിച്ച് പട്ടങ്ങൾ കോഞ്ചാലം കുത്തി യും, തലകുത്തനെ മറിഞ്ഞാടിയും തത്തിക്കളിച്ചുകൊണ്ടിരുന്നു. വേഗത്തി ലടിച്ച കാറ്റിൽ ഇളകിമറിഞ്ഞ പട്ടങ്ങൾ തമ്മിൽ ചുറ്റി പിണഞ്ഞു പൊട്ടിയു യർന്നു. കാറ്റതിനെ ആകാശം മുട്ടെ ഉയർത്തിക്കളിച്ചുകൊണ്ടിരുന്നു. ആകാശത്തിനു താഴെ എല്ലാംമറന്ന് ഗോവിന്ദനും കിഷോറും പരസ്പരം കൈകോർത്തു കെട്ടിപ്പിടിച്ചുതുള്ളിച്ചാടി. അപ്പോഴും ഗോവിന്ദന്റെ മന സ്സിൽ പുതിയൊരുപട്ടം ഉണ്ടാക്കാനുള്ള ആഗ്രഹം അലയടിച്ചുതുടങ്ങി യിരുന്നു.

നാല്

പീതാംബരന്റെ സ്വപ്നം

'ഇല്ല....ഞാൻ രാജിവയ്ക്കും എനിക്കു സീറ്റില്ല. മറ്റാർക്കും വേണ്ടി ഞാൻ ഒഴിഞ്ഞുകൊടുക്കില്ല'

പുലർച്ചെ പീതാംബരന്റെ മുറിയിൽ നിന്നുള്ള ശബ്ദം കേട്ട് വീട്ടിലുള്ളവരെല്ലാം ഓടിയെത്തി

ഇവനെന്തുപറ്റി, ' പീതാംബരാ പീതാംബരാ' അച്ഛന്റെ വിളികേട്ട് ഞെട്ടിയുണർന്നു പീതാംബരൻ കതകുതുറന്നു. എല്ലാവരും കൂടീ ഭീതിയോടെ പീതാംബരന്റെ മുഖത്തേക്കുനോക്കി.

'അല്ല നിങ്ങൾക്കിതെന്തുപറ്റി' പീതാംബരന്റെ ഭാര്യയുടെ ചോദ്യംകേട്ട്; ഇവർക്കെല്ലാവർക്കും എന്തുപറ്റി ഈ കൊച്ചുവെളുപ്പാൻ കാലത്ത് എന്ന് ആശ്ചര്യത്തോടെ പീതാംബരൻ!!!

'നീ പാർട്ടിയിൽ നിന്ന് രാജി വയ്ക്കുമെന്നും മത്സരിക്കാൻ നിനക്ക് സീറ്റ് തന്നില്ലെന്നും പറഞ്ഞ് വെളുപ്പാംകാലത്ത് വിളിച്ചുകൂവുന്നതുകേട്ടു. അയൽക്കാരൊക്കെ അപ്പറത്തുമിപ്പറത്തും വന്ന് പാത്തുപതുങ്ങി നിൽപ്പുണ്ട്. നിനക്കെന്താ പീതാംബരാ ഇലക്ഷനായപ്പം പ്രാന്തായോ' അമ്മചോദിക്കുന്നത് കേട്ട് പീതാംബരൻ തലേന്ന് രാത്രിനടന്ന പാർട്ടിമീറ്റിംഗിലെ കാര്യങ്ങളോർത്തു.

ഇത്രയും കാലം കൊടിയും പിടിച്ചു രാവും പകലും പാർട്ടിക്കുവേണ്ടി നടന്ന തന്നെ, സീറ്റ് ഇന്നുതരാം നാളെത്തരാം എന്നുപറഞ്ഞ് പറ്റിക്കാൻ തുടങ്ങിയിട്ട് കാലം കുറെയാകുന്നു. നാൽപത്തിയഞ്ച് വർഷത്തോളമായി പാർട്ടിക്കുവേണ്ടി ഖദറിട്ട് കൊടിപിടിക്കാൻ തുടങ്ങിയിട്ട്

ഇതുവരെ ഒരു പഞ്ചായത്ത് മെമ്പർപോലും ആയില്ല. കഷ്ടപ്പെട്ട്

അഞ്ച്

കട്ട മറിഞ്ഞാൽ കാണുന്ന പടം

ഉത്സവപ്പറമ്പിൽ കാഴ്ചകൾ കണ്ടു നടക്കുന്നതിനിടയ്ക്ക് അച്ഛന്റെ കൈയിൽ നിന്ന് പിടി വിടുവിച്ച് ഇപ്പോ വരാം എന്നു പറഞ്ഞ് ആൾക്കൂട്ടത്തിനിടയിലേക്ക് ഓടി മറയുമ്പോൾ പന്ത്രണ്ടു വയസ്സുകാരൻ മനോഹരന്റെ മനസ്സിൽ കിടന്ന് മറിയുകയായിരുന്നു തകരപ്പാട്ടയ്ക്കുള്ളിൽ കിടന്ന് തലങ്ങും വിലങ്ങും കറങ്ങുന്ന ക്ലാവർ, ആഡുതൻ, ഡൈമൻ, ഗുലാൻ എന്നീ പടങ്ങൾ ഒട്ടിച്ച ചതുരക്കട്ട.

വെച്ചോ രാജാവേ വെച്ചോ, കട്ടമറിഞ്ഞാൽ കാണുന്ന പടം ഒന്നു വച്ചാൽ രണ്ട് രണ്ടു വച്ചാൽ നാല് പത്തു വച്ചാൽ ഇരുപത്, എന്നു പറഞ്ഞ് തകരപ്പാട്ട കുലുക്കി കുത്തി കളത്തിലേക്ക് താളത്തിലെറിയുന്ന ചതുര കരു കറങ്ങി നിന്നു; ഭാഗ്യശാലിയെകാത്ത്. കട്ട കറങ്ങി മറിഞ്ഞുവീഴുന്നതുവരെ ഹൃദയതാളംപോലം നിശ്ബ്ദമാകുന്നൊരവസ്ഥ. വീണ്ടും കുലിക്കിക്കുത്തുകാരൻ ഒച്ചത്തിൽ വിളിച്ചുകൂവുന്നു.

ഹായ് ആഡുതൻ! പത്തു രൂപ കളത്തിലെ പടത്തിലിട്ട് കാത്തിരുന്ന ഒരാൾ വിളിച്ചു കൂവിക്കൊണ്ട് താഴേന്നു ചാടിയെഴുന്നേറ്റു. അതീവ സങ്കടത്തോടെ കുലുക്കിക്കുത്തുകാരൻ തന്റെ പണപ്പെട്ടിയിൽ നിന്നും പത്തു രൂപ കൂടിയെടുത്തു നീട്ടി. പത്തുരൂപ കൂടി കിട്ടിയതോടെ അയാൾ അതീവ സന്തോഷത്തോടെ അടുത്ത കളിക്കായ് പത്തു രൂപ കൂടി വച്ചു. മറ്റു കളിക്കാർ ഒരു രൂപയും, അൻപതു പൈസയും, രണ്ടു രൂപയും കളത്തിലിട്ടു കാത്തിരുന്നു.

വെയ് വെച്ചോരാജാവേ വെച്ചോ
കട്ട മറിഞ്ഞാൽ കാണുന്ന പടം
വെയ് രാജാവേ വെയ്

കുലുക്കിക്കുത്തുകാരൻ അടുത്ത കളിക്കുള്ള വട്ടം കൂട്ടി. ഇതിനിടയിൽ 'ഉത്സവപ്പറമ്പിൽ കമ്മറ്റിയുടെ അനുവാദം കൂടാതെയും തറവാടക നൽകാതെയും കച്ചവടം നടത്തുന്നവർ വേഗം പൈസാ തരുകയോ അല്ലെങ്കിൽ അവിടുന്നു മാറുകയോ ചെയ്യേണ്ടതാണ്'. എന്നുറക്കെ കോളാമ്പി മൈക്കിലൂടെ അലറുന്ന കമ്മറ്റിക്കാരൻ.

നാലു പാടും നോക്കി ശങ്കയോടെ കുലുക്കിക്കുത്തുകാരൻ കളത്തിലേക്ക് കരുക്കൾ വീണ്ടും ആഞ്ഞെറിഞ്ഞു. ഈ കളി കമ്പിനിക്ക് എന്നു പറഞ്ഞ് കളത്തിലെ പൈസ തൂത്തുവാരി കീശയിലാക്കി. നിർഭാഗ്യവാന്മാർ ഓരോരുത്തരായി കുത്തിയിരുപ്പു മതിയാക്കിയെണീറ്റു. ഇടയ്ക്കിടയ്ക്ക് പോക്കറ്റിൽ തപ്പി തുട്ടുണ്ടെന്നുറപ്പു വരുത്തിയ മനോഹരൻ സകല ദൈവങ്ങളേയും മനസ്സിൽ വിളിച്ച് അടുത്ത കളിക്ക് ഡൈമൻ പടത്തിൽ രണ്ടു രൂപയിട്ടു.

വെച്ചോരാജാവേ
വെയ് വെച്ചോളിൻ

മന്ത്രമില്ലാ മാജിക്കല്ലാ...., വെച്ചോളിൻ കട്ട മറിഞ്ഞാൽ കാണുന്ന പടം. കളിക്കാരനലറി വിളിച്ച് കളത്തിലേക്ക് കരുക്കൾ ആഞ്ഞെറിഞ്ഞു

ഹായ് ഡൈമൺ! മനോഹരൻ ചാടിയെഴുന്നേറ്റു. കന്നിക്കളിതന്നെ വിജയിച്ച സന്തോഷത്തോടെ മനോഹരൻ വീണ്ടും നാലുരൂപ കളത്തിലിട്ടു കളിച്ചു.

കളിയിൽ വാശിയേറി, അങ്ങനെ നാല് എട്ടായി, എട്ട് പതിനാറായി, പത്ത് ഇരുപതായി ഇരുപത് നാൽപ്പതായി, അങ്ങനെ കരുക്കൾ ഒന്നൊന്നായി മനോഹരനു ഭാഗ്യവുമായി കളത്തിൽ മാറി മറിഞ്ഞു വീണു കൊണ്ടിരുന്നു. ചില കളികൾ കമ്പനിയ്ക്കും, മറ്റു ചില കളിക്കാർക്കും ചില്ലറ ഭാഗ്യം കിട്ടിയതൊഴിച്ചാൽ ജയം മനോഹരന്റെ കൂടെ തന്നെയായിരുന്നു. മനോഹരൻ കളത്തിലേക്ക് കാശിടുമ്പോൾ കുലുക്കിക്കുത്തുകാരന്റെ മുഖം വാടും. ആ കാഴ്ച കാണികൾക്കും മനോഹരനും ഹരമായിത്തീർന്നു. മനോഹരന്റെ വിജയം മറ്റു കാണികളേയും മത്സരത്തിനായി മനസ്സൊരുക്കി.

'ക്ഷേത്രത്തിന്റെ കിഴക്കുഭാഗത്ത് വയലിനോടു ചേർന്ന് നടക്കുന്ന കുലുക്കിക്കുത്തു കളി നിർത്തി പോകേണ്ടതാണ്. അല്ലെങ്കിൽ കട്ടയും

പടവും ആറാട്ടുകുളത്തിലേക്ക് എടുത്തെറിയും. പറഞ്ഞേക്കാം ഇനിയൊരു താക്കീതില്ല' കമ്മറ്റിക്കാർ മൈക്കിലൂടെ അറിയിപ്പ് വിളിച്ചുകൂവിക്കൊണ്ടിരുന്നു.

ഈ പറഞ്ഞതൊന്നും തന്നോടല്ലെന്ന മട്ടിൽ കുലിക്കിക്കുത്തുകളിക്കാരൻ ആവേശത്തോടെ ഭാഗ്യാന്വേഷികളെ തന്നിലേക്ക് ആകർഷിച്ചു കൊണ്ടിരുന്നു. പടത്തിലേക്ക് പത്തും ഇരുപതും അൻപതും നോട്ടുകൾ ഒഴുകി വീണു കൊണ്ടിരുന്നു. കൂട്ടത്തിൽ കളിച്ചു കിട്ടിയ കാശുമുഴുവനുമിട്ട് മനോഹരനും ഇസ്പേഡിനു വേണ്ടി പ്രാർത്ഥിച്ചു നിന്നു.

ക്ഷേത്രത്തിന്റെ തെക്കുഭാഗത്തുനിന്നും നെഞ്ചത്ത് ബാഡ്ജ് കുത്തിയ ഉത്സവകമ്മിറ്റിക്കാർ കുലുക്കിക്കുത്തുകാരനെ ലക്ഷ്യമാക്കി നടന്നെത്തി. ആ കാഴ്ച ഒരു നോട്ടത്തിൽ കണ്ട കുലുക്കിക്കുത്തു കാരൻ പടം നിരത്തിയ ചാക്കും അതിൽ കിടന്ന പൈസായും തൂക്കിയെടുത്ത് ഓടടാ ഓട്ടം. 'അയ്യോ എന്റെ കാശേ' എന്നു പറഞ്ഞ് മനോഹരനും കൂട്ടരും പുറകേ ഓടി. അതു കണ്ട കുലുക്കിക്കുത്തുകാരൻ അയ്യോ ആന വിരണ്ടേ ഓടിക്കോ എന്നലറിക്കൊണ്ടോടി. പുറകേ ഓടിയവർ അതു കേട്ട് തിരിഞ്ഞോടി. ഓട്ടത്തിനിടയിൽ മനോഹരൻ പൂഴിമണ്ണിൽ മൂക്കുംകുത്തി താഴെ വീണു. എന്നിട്ടും വേഗത്തിൽ എഴുന്നേറ്റ് മുന്നോട്ടു ആഞ്ഞപ്പോഴേക്കും കുലുക്കിക്കുത്തുകാരൻ കട്ടമറിഞ്ഞാൽ കാണുന്ന പടങ്ങളുമായി എങ്ങോ ഓടിമറഞ്ഞു. പിന്നീടുള്ള ഉത്സവദിനങ്ങളിൽ ആ കളിക്കാരന്റെ മുഖം തിരഞ്ഞുനടന്ന മനോഹരന് അയാളെ കണ്ടെത്താനായില്ല.

പുതിയ പുതിയ ഉത്സവമേളങ്ങളിൽ കട്ട മറിഞ്ഞാൽ കാണുന്ന പടങ്ങളുമായി അയാളും ഒഴുകി നടന്നു.

ആറ്

കുഞ്ഞാപ്പന്റെ കാളവണ്ടി

വിഷയ ദാരിദ്ര്യത്താൽ ഒരു കഥയുടെ ഉറവിടം തേടിയിരുന്നപ്പോഴാണ് കുഞ്ഞാപ്പനെ ഓർത്തത്. പേര് വ്യാജമാണെങ്കിലും കഥ സത്യം തന്നെയാണ്. പച്ചപ്പരമാർത്ഥം. ഗുഡ്സ് ട്രെയിന്റെ ശബ്ദമായിരുന്നു കുഞ്ഞാപ്പന്റെ കാളവണ്ടി വരുമ്പോൾ കേൾക്കാൻ കഴിഞ്ഞിരുന്നത്. കമ്പോളത്തിൽ നിന്നും പലചരക്കു സാധനങ്ങൾ നാട്ടിലെ പീടികകളിലേക്ക് എത്തുന്ന കാഴ്ച ഒന്നു കാണേണ്ടതു തന്നെയായിരു ന്നു. കുടമണി കിലുക്കി അവശരായി നടക്കുന്ന കാളക്കുട്ടന്മാരെ ശ്റുറ്.... ഹെ...കാളെ ശ്റുറ്... എന്നുറക്കപ്പറഞ്ഞ് ചാട്ടവാർ വീശും, പക്ഷേ ഒരിക്കൽപ്പോലും അവയുടെ ശരീരത്ത് ചാട്ടവാർ പതിച്ചിരുന്നില്ല. അവയെ വേദനിപ്പിച്ചിരുന്നില്ല കുഞ്ഞാപ്പൻ. അത്രയ്ക്ക് ഇഷ്ടമായിരുന്നു അവറ്റകളെ. പുലരും മുമ്പേ കച്ചിയും കാടിയും കൊടുത്തിട്ട് വണ്ടിയേൽ കെട്ടുന്നതാ. പിന്നീട് രാത്രിയാകും വരെ ഒരു തേരാളിയെപ്പോലെ വണ്ടിയിൽ അവയ്ക്ക് പിന്നിലുണ്ടാകും കുഞ്ഞാപ്പൻ. ഉച്ചയ്ക്ക് കമ്പോളത്തിൽ നിന്നും ഒരു കെട്ടു വൈക്കോലും, പൈപ്പു വെള്ളവും.

പാവം കുഞ്ഞാപ്പനാകട്ടെ രാവിലെ മോന്തുന്ന പഴങ്കഞ്ഞിയോ മുക്കി നുള്ള ചായക്കടയിലെ മൂന്നു ദോശയും രണ്ട് ചായയും അത്ര മാത്രം. എങ്കിലും പതിവുപോലെയെന്നും കമ്പോള കവലയ്ക്ക് വടക്കുള്ള മുക്കിലെത്തുമ്പോൾ കാളക്കുട്ടമാർ നടപ്പു നിർത്തും കാരണം, അവിടെ മറിഞ്ഞു വീഴാറായ തൂണിന്മേൽ തൂക്കിയിട്ടിരിക്കുന്ന ഒരു ബോർഡുണ്ട്. കള്ളുഷാപ്പ്.

ശ്വാസം വലി. ശ്വാസം വലിച്ചും ചുമച്ചും പാച്ചുവിന്റെ കണ്ണു രണ്ടും താഴേക്കു വീഴുമെന്നു പേടിച്ച് വന്നവരൊക്കെ പതുക്കെ വലിയാൻ തുടങ്ങി. ഇതു കണ്ട് പിള്ളേച്ചൻ പറഞ്ഞു. ഒരു ബീഡി പൊകവലിക്കാനുള്ള ത്രാണിയില്ല. ഇവനാ വെളക്കു കള്ളനെ പിടിക്കുന്നത്.

'പാച്ചു കുഞ്ഞേ അന്നാലും ആരാ ആ കള്ളൻ' കുഞ്ഞപ്പി ലോഹ്യമെന്നോണം ചോദിച്ച് പാച്ചുവിന് ഒപ്പംകൂടി.

ഒന്നു രണ്ടു ദിവസത്തേക്ക് അയൽക്കാരാരും ഉമ്മറത്ത് നിലവിളക്കു കൊളുത്തിയില്ല. വിളക്കുമോഷണം സ്ഥലത്തെ പ്രധാന കള്ളന്മാരിലേക്ക് പല വഴിക്കുള്ള ചർച്ചകൾ അന്വേഷണങ്ങൾ. പാച്ചു ആശാൻ സ്വന്തം അന്വേഷണത്തിൽ തന്നെ ഉറച്ചു നിന്നു. കാരണം പ്രധാന കള്ളന്മാർ കുറെ ദിവസങ്ങളായി നാട്ടിൽ ഇല്ല. ജോലിക്കായി പുറത്തെവിടെയോ കറക്കമാണ്. പിന്നാരാണ് വിളക്കുകള്ളൻ എന്ന ധർമ്മസങ്കടത്തിലായിരുന്നു പാച്ചു.

കള്ളനെ പിടിക്കുമെന്ന് പ്രഖ്യാപിച്ച ദിവസം നാല് കഴിഞ്ഞു.

ഭാരതിയമ്മ നിലവിളക്കു കൊളുത്താതെ നിറമിഴിയുമായി നിലവിളക്കിരുന്ന ഭാഗത്തേക്കു നോക്കി പ്രാകി. ഇടയ്ക്കൊക്കെ നാരായണ നാരായണ, എന്റെ ഉരിയുണ്ണിത്തേവരേ എന്നു വിളിച്ചു ചൊല്ലി. നിലവിളക്കു തിരികെ കിട്ടിയാൽ മറ്റത്തപ്പൂപ്പന് രണ്ടു കുപ്പി കള്ള്, ഒരു കോഴി. ചെട്ടികുളങ്ങര തമ്പ്രാട്ടിയമ്മയ്ക്ക് എണ്ണയും തിരിയും. മഹാദേവന് കൂവളമാല, ഉരിയഉണ്ണിത്തേവർക്ക് പാൽപായസം, കുടുംബക്കാവിൽ നൂറും പാലും അങ്ങനെ പുതിയ രണ്ടുമൂന്നു വിളക്കു വാങ്ങിക്കാനുള്ള തുകയ്ക്ക് നേർച്ചും നേർന്നിരിപ്പായി.

അങ്ങനെ ആഴ്ച ഒന്നു കഴിഞ്ഞു. തൊണ്ടിയുമില്ല മോഷ്ടാവുമില്ല. അടുത്ത ഒന്നു രണ്ട് ദിവസക്കൾക്കു ശേഷം ചന്ദ്രൻ മുതലാളിയുടെ മാടക്കടയുടെ ഭാഗത്തായി വലിയൊരു ഒച്ചയും നിലവിളിയും കേൾക്കുന്നു.കേട്ടവർ കേട്ടവർ ഓടടാ ഓട്ടം. അമ്പലക്കുളത്തിൽ ആരാണ്ടു വീണു. ഓട്ടത്തിനിടയ്ക്ക് കുഞ്ഞു പിള്ളേച്ചൻ വിളിച്ചു പറയുന്നുണ്ട്. ചിലർ ഓടി കുളക്കരയിലേക്ക്. മറ്റു ചിലർ മാടം നിൽക്കുന്നിട ത്തേക്കും. മാടക്കടയുടെ അടുത്ത് ഇടയ്ക്കൊക്കൊ ഈ ലഹള പതിവാ, കാരണം ജോലിക്കു പോയാൽ വിയർപ്പിന്റെ അസുഖം പിടിപെടുമെന്നു പേടിയുള്ള ചില സ്ഥലത്തെ മാന്യന്മാരുടെ ചീട്ടുകളിത്താവളം. പിന്നെ പട്ടക്കച്ചവടവും അതിരഹസ്യമായിട്ടവിടെ നടക്കുന്നുണ്ട്. ഓടിയെത്തിവർ അവിടെ കണ്ട കാഴ്ച നടുക്കുന്നതായിരുന്നു.

രാക്ഷസിയായ പൂതനയുടെ മാറിൽ കയറിയിരുന്നു നെഞ്ചത്തിട്ടിടിക്കുന്ന ഉണ്ണിക്കണ്ണനെപ്പോലെ പാച്ചുവാശാൻ തന്നേക്കാൾ രണ്ടു മടങ്ങുള്ള ആന്റപ്പന്റെ മാറിൽ കയറിയിരുന്ന് ഇടിയോടിടി.

'വിളക്കു കള്ളനെ പിടിച്ചേ, കള്ളനെ പിടിച്ചേ' കുഞ്ഞപ്പി അപ്പാപ്പൻ വിളിച്ചു കൂവി. ആൾക്കൂട്ടം കണ്ടപ്പോൾ ഇരട്ടി ബലംകൂടി കൈവന്ന പാച്ചു ആന്റപ്പന്റെ ചെകിട്ടത്ത് അഞ്ചെട്ടടി കൂടി കൊടുത്തു.

പിന്നെ തൊണ്ടിമുതലെടുക്കാനായി കള്ളനെയും കൊണ്ട് ഘോഷയാത്രയായി എല്ലാവരുംകൂടി മുന്നോട്.

മാടത്തോടു ചേർന്നുള്ള പുരയിടത്തിൽ നിൽക്കുന്ന ഒരു തൈആഞ്ഞിലിച്ചുവടു ചൂണ്ടിക്കാട്ടി ആന്റപ്പൻ പറഞ്ഞു'വിളക്ക് അവിടെയുണ്ട്' കാണികളുടെ കണ്ണുകളെല്ലാം അവിടേക്ക്. അവിടെ കണ്ടതോ ഒരു കൂനതീട്ടം, നായ്തീട്ടമല്ല, മനുഷ്യത്തീട്ടം, സാക്ഷാൽ ആന്റപ്പന്റെ തീട്ടം. തൊണ്ടിമുതൽ കുഴിച്ചിട്ട് അതിന്റെ മുകളിൽ തൂറിയും വെച്ചു തെളിവു നശിപ്പിക്കാനായി മഹാനായ കള്ളൻ ആന്റപ്പൻ, ആന്റപ്പനെക്കൊണ്ടു തന്നെ അവിടം മാന്തി വിളക്കെടുപ്പിച്ചു.

നാട്ടിലെ പ്രധാന കള്ളന്മാരിൽ നിന്നും ശിഷ്യത്വം സ്വീകരിച്ച ആന്റപ്പന്റെ കന്നി മോഷണമായിരുന്നു ഭാരതിയമ്മയുടെ വിളക്ക് കക്കൽ. മറ്റൊരു ഘോഷയാത്രയായി പാച്ചു വിളക്കും പിടിച്ച് മുന്നിൽ ഭാരതിയമ്മയുടെ വീട്ടിലേക്ക്.

ആദ്യമോഷണം പിഴച്ചെങ്കിലും ആന്റപ്പനെ തിരക്കി തന്റെ ഗുരുക്കന്മാർക്കൊപ്പം പോലീസ് ഇടക്ക് നാട്ടിൽ എത്താറുണ്ടായിരുന്നു. പതിവുപോലെ വീണ്ടും വീടുകളുടെ ഉമ്മറത്ത് നിലവിളക്കുകൾ പേടി കൂടാതെ തെളിഞ്ഞു കത്തിത്തുടങ്ങി.

പിന്നിട് പരദൂഷണക്കൂട്ടായ്മയിൽ നിന്ന് നാട്ടിലൊക്കെ അറിയാൻ കഴിഞ്ഞത് വിളക്കു കിട്ടിയതിന്റെ നേർച്ചക്കടം വീട്ടാൻ ഭാരതിയമ്മ വീടിന്റെ വടക്കേയിറമ്പിൽ നിന്ന കപ്പമാവ് വെട്ടി വിറ്റെന്ന്. അനിയൻ പാച്ചുവിന് പാരിതോഷികമായി നുറുബീഡിയും വാങ്ങിച്ചു കൊടുത്തെന്നുമാണ്.

അമ്പലത്തിന്റെ വടക്കേപ്പുറമ്പിൽ യാദൃശ്ചികമായി ആന്റപ്പനെ കണ്ടകാര്യം തന്റെ കൂട്ടുകാരനായ പാച്ചുവിനോട് ക്ഷേത്രത്തിലെ പൂജാരി ഒരു സംശയം പറഞ്ഞിരുന്നു. മോഷ്ടാവിനെ പിടിക്കാൻ സഹായിച്ച തിരുമേനിയുടെ പങ്ക് പരസ്യമായ രഹസ്യമാണെങ്കിലും മറ്റൊരു ശിക്കാരി ശംഭുവായി പാച്ചു അതോടുകൂടി പ്രശസ്തനായി.

എട്ട്

പാപ്പൻച്ചേട്ടന്റെ വസന്തകാലം

എപ്പോഴും ഒരു ചെറുപുഞ്ചിരിയുമായി ഒരു തലേക്കെട്ടും, തോളിൽ ഒരു തൂമ്പായും, കൈയിൽ ഒരു അലൂമിനിയം ചോറ്റു പാത്രവുമായി നേരം പുലരുമ്പോഴേ പാടത്തേക്കെത്തുമായിരുന്നു കോട്ടൺ തുണി കൊണ്ട് കൈയുള്ള ബനിയൻപോലത്തെ ഉടുപ്പുമിട്ട് പാപ്പൻ ചേട്ടൻ.

ഒരു പ്രത്യേക രീതിയിലുള്ള നടത്തവും ആവശ്യത്തിനുള്ള സംസാരവും പാപ്പൻ ചേട്ടനെ മറ്റുള്ളവരിൽ നിന്നും എപ്പോഴും വ്യത്യസ്ഥനാക്കിയിരുന്നു. നാട്ടിലെ അറിയപ്പെടുന്ന ഒരു കർഷകനും കുറെ പാടത്തിന്റെ കാവൽക്കാരനുമായിരുന്ന പാപ്പൻ ചേട്ടൻ മധുരമായി ഓടക്കുഴൽ വായിക്കുന്നത് കേൾക്കാൻ തന്നെ എന്തു രസമാണ്. പുഞ്ചപ്പാടത്ത് വെള്ളംവലിഞ്ഞ് പാടവരമ്പ് ഒരുക്കുന്ന പണി മുതൽ വിത്തുവിത, ഞാറുനടീൽ, ചക്രം ചവട്ടി വെള്ളം കയറ്റൽ, കൈച്ചാലിൽ നിന്ന് വെള്ളം തേവിക്കളയൽ, കളപറി, വളം ചേറൽ, മരുന്നടി, വരിനെല്ല് പറി, കൊയ്ത്ത്, മെതി, നെല്ലുതൂറ്റൽ, പതമളക്കൽ, കച്ചിഉണക്ക്, കച്ചിത്തിരിതെറുക്കൽ, കച്ചിക്കെട്ടുണ്ടാക്കൽ, നെല്ലു ചുമന്ന് കരയ്ക്കെത്തിക്കൽ, തുറുവിടീച്ചിൽ വരെ പാപ്പൻച്ചേട്ടൻ ഒറ്റയ്ക്കു ചെയ്യും. അതു കഴിഞ്ഞ് അടുത്ത പുഞ്ചക്കൃഷി തുടങ്ങുന്നതു വരെ വിരിപ്പുകണ്ടത്തിലെ ചില്ലറപണികൾ, വരമ്പ് ഒരുക്കൽ, വിത്തിടീൽ, ഞാറുപറി, ഞാറടിയ്ക്കൽ, ചാണകം ചേറൽ, കൊയ്ത്തും പിന്നെ ഒന്നുരണ്ട് മാസം കഴിഞ്ഞ് എള്ളുവിത, ഇടകിള, വേളപറി തുടങ്ങി എള്ളുപറിച്ച് ഉണക്കി കുടഞ്ഞ് വിത്തിനും എണ്ണയ്ക്കും വിൽക്കാനും ഒരുക്കിവച്ച് പതുക്കെ

പറമ്പിലേക്ക് ഒരു ഇറക്കമാണ്. പാപ്പൻ ചേട്ടനെപ്പൊഴും ജോലിത്തിരക്കാണ്. ഉറച്ച രാഷ്ട്രീയ നിലപാട് പുലർത്തിയിരുന്ന പാപ്പൻചേട്ടൻ എന്നും ചെങ്കൊടി പക്ഷത്തുമായിരുന്നു. വാർദ്ധക്യത്തിന്റെ അവശതയിൽ അടുത്തകാലം വരെയും വിരിപ്പിലും പുഞ്ചപ്പാടത്തും കൃഷിപ്പണിക്കായി പാപ്പൻചേട്ടൻ എത്തുമായിരുന്നു. ഇപ്പോഴും ഇടയ്ക്കൊക്കെ കാണുന്ന വരോടായി തിരക്കും, 'പാടത്തെ കൃഷിയൊക്കെ എങ്ങനെ നടക്കുന്നു, പാടം ചതിക്കില്ല മനുഷ്യനേചതിക്കു'.'മക്കളെ സ്നേഹിക്കുന്നതിനെക്കാളും നല്ലത് കതിരിനെ സ്നേഹിക്കുന്നതാ. മക്കള് നമുക്ക് കണ്ണുനീരു തരുമ്പോൾ കതിരു നമുക്ക് പൊന്നു തരും പൊന്ന്'.

ഒൻപത്

ഹീറോപ്പേന

'അമ്മേ നാളെ ഒരു മഷിപ്പേന വാങ്ങിക്കാൻ പത്തു രൂപ തരണേ രണ്ടുദിവസം കഴിയുമ്പോൾ വാർഷിക പരീക്ഷയാണ്.പത്താം ക്ലാസു കാർ പരീക്ഷ എഴുതേണ്ടത് മഷിപ്പേന കൊണ്ടാവണം എന്നു സാർ ഒരാഴ്ചമുന്നേ പറഞ്ഞിരുന്നു. കൂട്ടുകാർക്ക് ചിലർക്കൊക്കെ,അല്ല മിക്ക വാറും എല്ലാവർക്കും ഹീറോ പേനയുണ്ട്.ആ പേന കാണാനും അതു കൊണ്ട് എഴുതാനും എന്തു രസമാ'

വിനു അമ്മയോടു പറഞ്ഞു.

'ഹീറോ പേനയോ അതെന്തു പേനയാണ്'.

അമ്മ അതിശയത്തോടെ ചോദിച്ചു.

'അമ്മേ അത് ഫോറിൻ പേനയാണ്.ഫോറിൻ മഷിപ്പേന'.

വിനു പറഞ്ഞു.

'ഓ അതിന് നമ്മുക്ക് ഫോറിൻകാരാരുമില്ലല്ലോ' പിന്നെ എങ്ങനെ കിട്ടാനാ. അച്ഛൻ ജോലി കഴിഞ്ഞു വരട്ടെ പത്ത് രൂപാ വാങ്ങിത്തരാം. നീ ഒരു മഷിപ്പേന വാങ്ങിച്ചോ. അല്ല വിനു ഈ മഷിപ്പേന വാങ്ങിച്ചാൽ മഷി നിറയ്ക്കേണ്ടേ'

അമ്മയ്ക്ക് വീണ്ടും സംശയം.

'അത് സ്റ്റോറിലുണ്ട് ഒരു പ്രാവശ്യം നിറയ്ക്കുന്നതിന് പത്ത് പൈസയാ, അത് എന്റെ കൈയ്യിലുണ്ട്'. വിനു ആവേശത്തോടെ പറ ഞ്ഞു. ഇതെല്ലാം കേട്ടുകൊണ്ട് 'എന്തുവാ കൊച്ചേ അമ്മയും മോനും

കൂടി രാവിലെ' എന്നു ചോദിച്ചു കൊണ്ട് പടിഞ്ഞാറ്റേതിലെ തങ്കമ്മച്ചി വീട്ടിലേക്കു വന്നു.

'ഓ അമ്മാമ്മേ ഇവനൊരു മഷിപ്പേന വേണമെന്ന്, അതിന് പത്തു രൂപാ ചോദിച്ചതാ' വിനുവിന്റെ അമ്മ പറഞ്ഞു.

'ഇവന് അടുത്താഴ്ച പത്തിലെ പരീക്ഷ തുടങ്ങുവല്ലേ, പരീക്ഷ എഴുതാൻ ബോൾ പെൻ പറ്റില്ലെന്ന്. ചില കുട്ടികൾക്ക് ഫോറിൻകാര് കൊണ്ടുവരുന്ന ഹീറോ പേന ഉണ്ടെന്ന്, അതു പറഞ്ഞോണ്ടു നിന്നതാ'.

പിറ്റേ ദിവസം തന്നെ വിനുവിന് മഷിപ്പേനയും,ഒരു കുപ്പി മഷിയും വാങ്ങിക്കാൻ അമ്മ പൈസ കൊടുത്തു.

'അമ്മേ ഞാനൊന്ന് അമ്പലത്തിൽ പോയിട്ടു വരട്ടെ. ഇന്ന് പരീക്ഷ തുടങ്ങുകയല്ലേ' വിനു അമ്പലത്തിൽ പോകുവാൻ അമ്മയോട് അനുവാദംചോദിച്ചു.

'പോയിട്ടു വേഗം വാ, താമസിക്കരുത്' അമ്മ പറഞ്ഞു.

അമ്പലത്തിൽ പോയിട്ടു വന്നിട്ട് വിനു അച്ഛനോടും അമ്മയോടും യാത്ര പറഞ്ഞിട്ട് സ്കൂളിലേക്കു പോകാനിറങ്ങി.

'വിനു ഒന്നു നിൽക്കണേ'

എന്നു വിളിച്ചു പറഞ്ഞ് തങ്കമ്മച്ചി ഓടി വരുന്നു.

'എടാ വിനു അവിടെ നിൽക്ക് അമ്മച്ചിയോടും ഒന്നു പറഞ്ഞിട്ടു പോകു' യെന്ന് വിനുവിനോട് അമ്മ പറഞ്ഞു.

'വിനു ഇന്നാ ഒരു പേന, നിനക്ക് പരീക്ഷ എഴുതാനാ', വിനു സന്തോഷത്തോടെ കൈ നീട്ടി.

നീട്ടിയ കയ്യിലേക്ക് തങ്കമ്മച്ചി തന്ന സാധനം കണ്ട് വിനു ഒന്നു ഞെട്ടി. സാക്ഷാൽ "ഹീറോ പേന".

പറഞ്ഞറിയിക്കാൻ പറ്റാത്ത സന്തോഷത്തിൽ വിനു പേന തുറന്നു നോക്കി. സ്വർണ്ണ നിറത്തിലെ നിബ്ബുള്ള ഹീറോ പേന.

വിനു ഓർത്തു താൻ ഏഴിൽ പഠിക്കുമ്പോൾ അമ്മച്ചിയുടെ മകൻ ബാബുച്ചായൻ സ്കൂളിൽ നിന്നും തനിക്ക് ആദ്യമായി ജൂബിലി യുടെ ഞെക്കുമ്പോൾ ചാടുന്ന പേന വാങ്ങി തന്നു. ഇപ്പോഴിതാ താൻ ഒരു പാടാശിച്ച ഹീറോപ്പേന അമ്മച്ചിയും തന്നിരിക്കുന്നു. ഇന്നും ഏതൊരു പേന കൈയിൽ കിട്ടിയാലും ഓർമ്മയിലെന്നും വിനു തങ്കമ്മച്ചിയെ ഓർത്തു പോകും.

പത്ത്

അപ്പുണ്ണിയുടെ കുട

'വൈകുന്നേരം സ്കൂൾ വിടേണ്ട സമയമായപ്പോൾ ഈ നശിച്ച മഴ. അപ്പുണ്ണി ഇന്നും നനഞ്ഞു കുളിച്ചെത്തും. ഈശ്വരാ മഴയൊന്നു തോർന്നിരുന്നെങ്കിൽ' തിണ്ണിയിൽ വന്നുനിന്ന് ഇടവഴിയിലേക്ക് നോക്കി നിന്ന് ആത്മഗതമെന്നോണം പറയുന്ന അമ്മയുടെ മുൻപിലേക്ക് ബുക്കും പുസ്തകവും ഉടുപ്പിനുള്ളിൽ കയറ്റി വച്ച് അപ്പുണ്ണി ഓടിയെത്തി.

'മോൻ മൊത്തം നനഞ്ഞല്ലോ'. കൈയിൽ കരുതിയ തോർ ത്താൽ തല തോർത്തുന്നതിനിടയ്ക്ക് അപ്പുണ്ണിയോട് അമ്മ ചോദിച്ചു.

'ഓ അതു സാരമില്ലമ്മേ, പക്ഷേ പുസ്തകമെല്ലാം നനഞ്ഞു'. അപ്പുണ്ണി പറഞ്ഞു.

'മോനാരുടെയെങ്കിലും കുടക്കീഴിൽ കയറി മഴനനയാതെ വരരുതായിരുന്നോ' എന്ന് അമ്മ ചോദിച്ചു.

'ഞാൻ ശരത്തിനൊപ്പമാണ് വന്നതെന്ന്'അപ്പുണ്ണി മറുപടി പറത്തു.'അമ്മേ കുടയുള്ളവർക്ക് മഴ നനയുന്നത് ഒരു രസവും കുടയില്ലാത്തവർക്ക് നനയുന്നത് ഒരു വിഷമവുമാണ്. ശരത്ത് അവന് മഴ നനയുവാൻ വേണ്ടി എപ്പോഴും കുടമാറ്റിപ്പിടിച്ച് മഴയത്ത് നടക്കും.അപ്പോ ഞാനും നനയും' അപ്പുണ്ണി തെല്ലു ദുഃഖത്തോടെ പറഞ്ഞു.

കുറച്ചുനാൾ മുൻപ് ഒരുകുട വാങ്ങിക്കൊടുക്കണമെന്ന് അപ്പുണ്ണി പറഞ്ഞത് അമ്മ ദൈന്യതയോടെ ഓർത്തു നെടുവീർപ്പിട്ടു.

വൈകിട്ട് ജോലി കഴിഞ്ഞെത്തിയ അച്ചനോട് അപ്പുണ്ണിക്ക് ഒരു കുട വാങ്ങുന്ന കാര്യം അമ്മ പറഞ്ഞു.

രണ്ട് ദിവസങ്ങൾക്കു ശേഷം

'അമ്മേ ഞാൻ പോകുകയാണ്. അമ്പലത്തിൽ ഒൻപതുമണിയുടെ ശംഖുവിളിയും കൊട്ടും കേൾക്കുന്നു.ഒരു ചാറ്റമഴയും ഉണ്ട്. ഞാൻ ഓടിപ്പോവുകയാണെന്ന് ' അപ്പുണ്ണി അമ്മയോടുറക്കെ പറഞ്ഞു.

അപ്പുണ്ണീ ഒന്നു നിന്നേ, ഞാൻ അങ്ങോട്ടു വന്നിട്ടേ പോകാവൂ.

'അമ്മേ പെട്ടന്നുവാ'.

മുടി ചീകിക്കൊണ്ടിരുന്ന ചീപ്പ് ചെറ്റമേൽതിരുകി അപ്പുണ്ണി വിളിച്ചു പറഞ്ഞു.

'ദാ ഇതൊന്നു നോക്കിയേ' എന്നു പറഞ്ഞ് പേപ്പർ കവറിനുമുകളിൽ കുടകളുടെ പടമുള്ള ഒരു പൊതി നീട്ടി.

അപ്പുണ്ണി തെല്ലു ശങ്കിച്ച് പൊതി വാങ്ങി തുറന്നു നോക്കി. ചതുര ഗ്ലാസ് പിടിയ്ക്കുള്ളിൽ ചുവപ്പും മഞ്ഞയും പൂക്കളുള്ള ഒരു പുത്തൻ കുട. അതുകണ്ട അപ്പുണ്ണിയുടെ സന്തോഷത്തിന് അതിരുകളില്ലായിരുന്നു. കുടയുമെടുത്ത് ഒരു ഓട്ടമായിരുന്നു സ്കൂളിലേക്ക്.

ആ കാഴ്ച കണ്ട് അമ്മുടെ മിഴിയിൽ സന്തോഷാശ്രുക്കൾ പൊടിഞ്ഞിരുന്നു. അന്നുതൊട്ട് പുസ്തകകെട്ടിനൊപ്പം കുടയും അപ്പുണ്ണിക്ക് കൂട്ടായി. ആ അദ്ധ്യയന വർഷം അവസാനിക്കാറായ ഒരു ദിവസം വൈകുന്നേരം സ്കൂൾ വിട്ടപ്പോൾ ക്ലാസിന്റെ ഒരു മൂലയിൽ ദിവസവും തന്റെ കുട വയ്ക്കാറുള്ളിടത്ത് കുട കാണുന്നില്ല. അതു കണ്ട് കരഞ്ഞു കൊണ്ട് ക്ലാസ് ടീച്ചറുടെ അടുത്തേക്കോടി കുട കാണുന്നില്ലെന്ന കാര്യം പറഞ്ഞു. അതു കേട്ട് നിസ്സാരമട്ടിൽ ടീച്ചർ പറഞ്ഞു. ക്ലാസിൽ ഒന്നും കൂടി നോക്കു, അവിടെ കാണും, വീണ്ടും ക്ലാസിൽ ആകെ മൊത്തം നോക്കിയിട്ടും കുട കണ്ടുകിട്ടാതെ വിഷമിച്ച് കുറേ നേരം സ്കൂൾ വരാന്തയിൽ തന്നെ നിന്നു. പ്യൂൺ ശാന്തച്ചേച്ചി വന്ന് കുട നാളെ നോക്കി എടുത്തു കൊടുക്കാമെന്നേറ്റ വിശ്വാസത്തിൻ അപ്പുണ്ണി വീട്ടിലേക്ക് മടങ്ങി.

വൈകിയെത്തിയ അപ്പുണ്ണിയെ കാത്തുനിന്ന അമ്മയ്ക്കടുത്തേക്ക് കരഞ്ഞു കലങ്ങിയ മുഖവുമായി അപ്പുണ്ണിയെത്തി. തന്റെ കുട ആരോ ക്ലാസിൽ നിന്ന് എടുത്തു കൊണ്ടുപോയെന്ന് വിതുമ്പലോടെ അമ്മയോടു പറഞ്ഞു. അപ്പുണ്ണിയുടെ കണ്ണുനീരൊപ്പി കൊണ്ട് അമ്മ പറഞ്ഞു.

'സാരമില്ല അമ്മയുടെ കമ്പനിയിൽ ജോലി തുടങ്ങട്ടെ അതിലും നല്ല ഒരു കുട എന്റെ മോനു വാങ്ങിത്തരാം'

അടുത്ത അധ്യയന വർഷം ആരംഭിച്ചു. പതിവുള്ള മഴക്കാലം സ്കൂൾ തുറക്കുന്നതിന്റെ തലേദിവസം തന്നെ തുടങ്ങി. പുതിയ ക്ലാസിൽ എത്തി രണ്ടുമൂന്നു ദിവസം കഴിഞ്ഞപ്പോൾ കുടകളെല്ലാം വയ്ക്കുന്നിടത്ത് തനിക്ക് പരിചയമുള്ള ഒരു കുട ഇരിക്കുന്നത് കണ്ടു. കഴിഞ്ഞ വർഷം നഷ്ടപ്പെട്ട തന്റെ കുട പോലെയുള്ള ഒരെണ്ണം അവിടെ ഇരിക്കുന്നു. അടുത്ത ഡ്രിൽപീരിയേഡുവരെ കാത്തിരിക്കേണ്ടി വന്നു ആ കുട ഒന്നു നിവർത്തി നോക്കാൻ. കുട്ടികളെല്ലാവരും പുറത്തു പോയപ്പോൾ അപ്പുണ്ണി പോയി കുട നിവർത്തി നോക്കി. ശരിക്കും അതിശയപ്പെട്ടു പോയി തന്റെ കുട തന്നെ. കാരണം പുതിയ കുട അച്ചൻ വാങ്ങി തന്നപ്പോൾ അതിന് അകവശത്ത് അപ്പുണ്ണിയുടെ കുട എന്ന് വെള്ള പെയിന്റിനാൽ ചെറുതായി എഴുതിയിരുന്നു.

അന്നുവൈകിട്ട് സ്കൂൾ വിട്ടതും വെച്ചോരോട്ടമായിരുന്നു അപ്പുണ്ണി. ഓടിക്കിതച്ച് വീട്ടിലെത്തിയിട്ട് അമ്മയോടു പറഞ്ഞു

'അമ്മേ എന്റെ കളഞ്ഞുപോയ കുട കണ്ടു. ക്ലാസിൽ ഒരു കുട്ടി കൊണ്ടുവന്നു. കുട കാണാതായതിന്റെ പിറ്റേന്ന് ടീച്ചർ ക്ലാസിലാരെങ്കിലും കുട മാറിയെടുത്തു കൊണ്ടു പോയോ എന്നു തിരക്കിയപ്പോൾ ഇല്ല ടീച്ചർ എന്ന് ആദ്യം എണീറ്റു നിന്നു പറഞ്ഞ ഹരിയുടെ കയ്യിലാണ് കണ്ടത്'.

'സാരമില്ല മോനെ നിനക്ക് വേറൊരു കുട കിട്ടിയില്ലേ. അത് അങ്ങു മറന്നേരേ. മറ്റാരോടും പറയേണ്ട'. 'ശരിയമ്മേ അപ്പുണ്ണി' സന്തോഷത്തോടെ പറഞ്ഞു. എങ്കിലും യു.പി സ്കൂളിൽ നിന്നും പിരിഞ്ഞു പോകുവോളം തന്റെ പഴയകുട കാണുമ്പോൾ അതിനകത്ത് അപ്പുണ്ണിയുടെ കുട എന്നെഴുതിവെച്ചതു കണ്ട് അപ്പുണ്ണി സങ്കടപ്പെട്ടിരുന്നു.

പതിനൊന്ന്

സെമിത്തേരിയിലെ മണമുള്ള ശവംനാറിപ്പൂവുകൾ

സെമിത്തേരികൾ ഗോപുവിന്റെ മനസ്സിൽ കഥകളിലൂടെയും സിനിമകളിലൂടെയും പേടിപ്പെടുത്തുന്ന പ്രേതാത്മാക്കളുടെ വിഹാര കേന്ദ്രങ്ങളായി തീർന്നിരുന്നു.

അർദ്ധരാത്രിയിൽ കല്ലറയിൽനിന്നു പുറത്തിറങ്ങുന്ന പ്രേതാത്മാക്കളുടെ അലർച്ചയും അട്ടഹാസങ്ങളും രോദനങ്ങളും പൊട്ടിച്ചിരിയും ഉയരുന്ന ആത്മാക്കളുടെ താവളം. അടുത്തവീട്ടിലെ രാജൻ അച്ചായന്റെ വിവാഹത്തിന് പള്ളിയിൽ പോയപ്പോഴാണ് ഗോപു സെമിത്തേരി ആദ്യമായി കാണുന്നത്. യാത്രാമദ്ധ്യേ ആരൊക്കയോ പറയുന്ന കഥകൾകേട്ട് വീണ്ടും സെമിത്തേരികൾ തന്റെ പേടി സ്വപ്നത്തിലെ തിരുശേഷിപ്പുകളായി ശരിക്കും മാറിയിരുന്നു.

യാദൃച്ഛികമായി കടന്നുപോകുന്ന വഴികളിൽ പള്ളി സെമിത്തേരി കണ്ടാൽ ആ ഭാഗത്തേക്ക് നോക്കില്ല. കാരണം പേടി തന്നെ.

അങ്ങനെ ഗോപുവിന്റെ വിവാഹത്തിന്റെ തലേ ദിനം വൈകിട്ട് വധുവിന്റെ വീട്ടിൽ ചെന്നപ്പോൾ സത്യത്തിലൊന്നു ഞെട്ടി. കാരണം ആ വീടിന്റെ തൊട്ടു കിഴക്കുവശത്തായി ഒരു പള്ളിയും അതിനോടു ചേർന്ന് ഒരു സെമിത്തേരിയും.

ഗോപു 'ഈശ്വരാ' എന്ന് അറിയാതൊന്നു വിളിച്ചു പോയി. പിന്നീട് അവിടെത്തുമ്പോഴൊക്കെ അറിയാതെ ആ ഭാഗത്തേക്ക് പേടിയോടെ ഗോപു നോക്കിപ്പോകും.

മൂന്നു നാലു വർഷങ്ങൾക്ക് മുൻപ് ഒരു ദിവസം ആ പള്ളിയിലെ സ്നേഹവിരുന്നിൽ പങ്കെടുക്കാൻ നീണ്ട നിരയിൽ ഗോപുവും കൂടി. അങ്ങനെ നടന്നു നടന്ന് സെമിത്തേരിയുടെ അരികിലെത്തി. ഭക്ഷണം തീർന്നത് എത്തിക്കാൻ താമസമുണ്ടായപ്പോൾ നീണ്ട നിരയ്ക്ക് അനക്കമില്ലാതായി. മറ്റെന്തൊക്കയോ ശ്രദ്ധിച്ചു നിന്ന ഗോപുവിന്റെ മനസ്സിൽ പെട്ടെന്നൊരു വെള്ളിടിവെട്ടി. വേഗം താൻ നിൽക്കുന്നിട ത്തേക്ക് ഒന്നു നോക്കി. ഒരു കല്ലറയെ മുട്ടിയുരുമ്മി താൻ നിൽക്കുന്നു. പേടിയോടെ ക്യൂവിൽ നിന്നു പുറത്തിറങ്ങുവാൻ ശ്രമിച്ച ഗോപുവിന്റെ കാൽ നിന്നിടത്തുനിന്ന് ഇളകുന്നില്ല. ആരോ ബലമായി കാലിൽ മുറുകി പിടിച്ചിരിക്കുന്നു. താഴേക്ക് നോക്കിയ ഗോപുവിന് കാണാൻ കഴിഞ്ഞത് തന്റെ കാലിൽ പിടുത്തമിട്ടിരിക്കുന്ന ഒരു കൈയാണ്.

'അങ്ങനെയങ്ങ് പോയാലോ, ഇത്രപേടിയോ' എന്നാരോ പെട്ടെന്ന് തന്നോട് ചോദിക്കുന്ന പോലെ തോന്നി. മറ്റൊന്നും കാണാൻ കഴിയാതെ കണ്ണിൽ ഇരുട്ടുമൂടുന്ന ഒരവസ്ഥ. 'ഹോയ് ഒന്നു നീങ്ങിയാട്ടെ, വിശന്ന് നിന്നനിപ്പിൽ അങ്ങ് ഉറങ്ങിപ്പോയോ' പുറകിൽ നിന്നാരൊക്കയോ വിളിച്ചു പരിഹസിച്ച് പറയന്നു. പെട്ടെന്ന് ഞെട്ടി നടന്ന് ക്യൂവിലെത്തി സ്നേഹവിരുന്നുണ്ടു മടങ്ങി.

ഒരുയാത്ര കഴിഞ്ഞ് ഒരുനാൾ ഭാര്യവീട്ടിൽ തങ്ങിയ രാത്രി. മുകളിലെ ഗോപുവിന്റെ മുറിയുടെ പുറത്തു നിന്നാൽ പള്ളിയും അതിലേറെ വ്യക്തമായി സെമിത്തേരിയും കാണാം. ചില രാത്രികളിൽ നിലാവിൽ കുളിച്ചു നിൽക്കുന്ന സെമിത്തേരി വർണ്ണിക്കാൻ കഴിയാത്ത സൗന്ദര്യത്തിൽ കുളിച്ചുനിൽക്കുന്നത് ഒളികണ്ണാൽ ഗോപു നോക്കി കാണാറുണ്ടായിരുന്നു. ആ രാത്രിയിൽ എന്തോ ശബ്ദം കേട്ട് പുറത്തിറങ്ങിയ ഗോപുവിന് വെള്ളിച്ചിറകുള്ള മാലാഖമാർക്കൊപ്പം ആരൊക്കയോ തൂവെള്ള വസ്ത്രങ്ങളണിഞ്ഞ് നിലാവത്ത് സെമിത്തേരിയിൽ പരസ്പരം സംസാരിച്ചും പൊട്ടിച്ചിരിച്ചും മറ്റു ചിലർ മിഴിനീരൊപ്പിയും, മൗനംപൂണ്ടു നിൽക്കുന്നതായി കണ്ടു, ഗോപു പേടിച്ചു വിറച്ച പെട്ടെന്ന് മുറിയിൽ കയറി കതകടച്ചു. കിടന്നിട്ട് ഉറക്കം വരുന്നില്ല. എന്തൊരു കാഴ്ചയായിരുന്നു. ആരോടെങ്കിലും ഇതു പറഞ്ഞാൽ വിശ്വസിക്കുമോ. നെഞ്ചിടിപ്പിന്റെ വേഗതകൂടി. എപ്പൊഴോ ഉറക്കത്തിലേക്കു വഴുതിയ തന്നെ തണുത്തു തുടങ്ങിയെങ്കിലും നേരിയൊരു ചൂടുള്ള കരതലം സെമിത്തേരിയിലേക്ക് കൈപിടിച്ചു നയിച്ചു. എന്നിട്ടു പറഞ്ഞു'ഞങ്ങളെന്നും രാത്രിയിൽ ഇവിടെ ഒത്തുചേരാറുണ്ട്. പരസ്പരം ഓരോന്നു

പറഞ്ഞിരിക്കും, ചിലരൊക്കെ തങ്ങളുടെ കുടുംബങ്ങളെ ഓർത്തു ദുഃഖിച്ചും മറ്റുചിലർ അകാലത്തിൽ ഇവിടെ എത്തിപ്പെട്ടതോർത്ത് കരയും. ഇവിടെ അടക്കപ്പെട്ടിരിക്കുന്നവരുടെ പകുതിയിലേറെ ബന്ധുക്കൾ ഈ സെമി ത്തേരിയിലെത്തിയിട്ടു തന്നെ വർഷങ്ങായി'. ആത്മാവ് തുടർന്നു.

'അപ്പനും അമ്മയും, ഉറ്റവരും മരിച്ചിട്ട് നാട്ടിൽ മറ്റാരും ബന്ധുക്കളില്ലെന്നു പറഞ്ഞ് അന്നാട്ടിലെ പൗരത്വം സ്വീകരിച്ച് വിദേശത്ത് കഴിയുന്നു. മറ്റു ചിലർ ഓർമ്മ ദിനം സോഷ്യൽ മീഡിയയിൽ ചിത്രങ്ങളിട്ട് ലൈക്കും കമന്റും നേടുന്നതിൽ മുഴുകും. ചിലരാകട്ടെ ബന്ധുക്കളും മക്കളാലും ഉപേക്ഷിക്കപ്പെട്ടവർ. അന്നൊരു സ്നേഹവിരുന്നിൽ മോന്റെ കാലിൽ പിടിച്ചില്ലെ. അതു ഞാനായിരുന്നു. തന്നെ കൈപിടിച്ചു കൊണ്ട് സെമിത്തേരിയിലേക്കുപോയ വൃദ്ധൻ പറഞ്ഞു'. ആ സ്പർശനത്തിൽ എല്ലാം മറന്ന ഗോപു അടുത്തു നിന്ന ശവം നാറി ചെടിയിൽനിന്നു മൂന്നാലു പൂക്കൾ പറിച്ചു കല്ലറമേൽ വച്ചു. അപ്പോൾ എവിടെ നിന്നോ ഒഴുകിയെത്തിയൊരിളം കാറ്റിൽ വെള്ളയും റോസും നിറത്തിലുള്ള ശവംനാറി പൂക്കൾളിൽ നിന്നും അതുവരെയില്ലാത്തൊരു പരിമളം അവിടെമാകെ പരക്കുന്നപോലെ അനുഭവപ്പെട്ടു.

ആരൊക്കയോ തെളിയിച്ച മെഴുകുതിരികളുടെ വെട്ടമവിടാകെ പരന്നിരുന്നു. അപ്പോൾ ചിറകടിച്ച് വെള്ളി മേഘ കൂട്ടിലേക്ക് പറന്ന മാലാഖമാർക്കൊപ്പം സെമിത്തേരിയിൽ താൻ കണ്ട ആത്മാക്കളും പറന്നുയർന്നു. പുലർച്ചെ പള്ളിമണി കേട്ടുണർന്നെണീറ്റ ഗോപു വേഗത്തിൽ കതകു തുറന്നു പുറത്തിറങ്ങി. ഇലച്ചാർത്തിലൂടെ അരിച്ചിറങ്ങിയ പ്രഭാതകിരണങ്ങളേറ്റ് പറന്നുല്ലസിക്കുന്ന വർണ്ണശലഭങ്ങൾ സെമിത്തേരിയിലാകെ പറന്നു നടക്കുന്നു. പെട്ടെന്ന് പേടിയല്ലാം മറന്ന് ഗോപു നടന്നു സെമിത്തേരിയിൽ എത്തി. അപ്പോൾ അവിടെ കണ്ട കാഴ്ച ഗോപുവിനെ വല്ലാതെ ഞെട്ടിച്ചു. സ്വപ്നത്തിൽ കണ്ട അതേ കല്ലറയിൽ താൻ പിച്ചിവെച്ച വെള്ളയും പിങ്കു നിറത്തിലുമുള്ള ശവം നാറിപ്പൂവുകൾ അവിടെയിരിക്കുന്നു. ആ കാഴ്ച കണ്ടമ്പരന്ന ഗോപു പെട്ടെന്ന് ആകാശത്തിലേക്കു നോക്കിയപ്പോൾ വെൺമേഘക്കൂട്ടങ്ങളൾക്കൊപ്പം ചിറകുവിരിച്ച് പറന്നകലുന്ന മാലാഖമാരെ കാണാൻ കഴിഞ്ഞു.

പന്ത്രണ്ട്

പൊൻപുലരിയിലെ ഓണക്കാലം

"ഇപ്പോൾ നടന്നുകൊണ്ടിരിക്കുന്ന സബ് ജൂനിയർ കബഡി കളിയ്ക്കു ശേഷം തിരുവാതിര മത്സരം തുടങ്ങുന്നതായിരിക്കും. അതിനു ശേഷം വിവാഹിതരും അവിവിവാഹിതരും പങ്കെടുക്കുന്ന വടംവലി മത്സരും. പങ്കെടുക്കുന്നവർ എത്രയും പെട്ടെന്ന് കമ്മറ്റി ഓഫീസിൽ പേര് രജിസ്റ്റർ ചെയ്യേണ്ടതാണ്".

ഈ അനൗൺസ്മെന്റ് കണ്ണമംഗലം എന്ന എന്റെ കൊച്ചുഗ്രാമത്തിലെ ഓണക്കാല മാമാങ്കത്തിന്റെ ആവേശകരമായ ആഘോഷദിനങ്ങളിൽ മുഴങ്ങി കേട്ടുകൊണ്ടേയിരിക്കും.

പൊൻപുലരി ആർട്സ് & സ്പോർട്സ് ക്ലബ്, കണ്ണമംഗലത്തിന്റെ കലാ-സാംസ്ക്കാരിക -സാമൂഹ്യ മേഖലയിലെ വേറിട്ടൊരു ശബ്ദം ഏകദേശം ഇരുപത്തിയഞ്ച് വർഷത്തിലേറെക്കാലമായി ഈ നാടിന്റെ ഓണക്കാല ഉത്സാഹ കമ്മിറ്റി. പദ്യപാരായണം, ലളിതഗാനം സിനിമാഗാനം, മിമിക്രി,മോണോ ആക്ട്, സുന്ദരിക്കു പൊട്ടു തൊടീൽ, കലമടി, ചാക്കിൽ കയറിയോട്ടം തുടങ്ങി ഓട്ടം ചാട്ടം ഹൈജമ്പ് ലോങ്ജമ്പ്, സൈക്കിൾ സ്ലോറൈസ് എന്നിവും ക്ലബ്ബ് ഭാരവാഹികളുടെ ഒരു നാടകവും, ഒരു പ്രൊഫഷണൽ നാടകവും ഓണക്കാല കലാപരിപാടികളിൽ ഉൾപ്പെടും.

കായിക മത്സരങ്ങളിൽ മറ്റുള്ളവരുടെ പേടിസ്വപ്നമായ കൊട്ടയ്ക്കാട്ട് അനിൽ ഉൾപ്പെടുന്ന ടീമംഗങ്ങൾ. മത്സര ഇനങ്ങളിലെല്ലാം മിക്കപ്പൊഴും എന്റെ സഹോദരൻ സതീപ് ഒന്നുകിൽ ഒരു ഫസ്റ്റോ, അല്ലെങ്കിൽ ഒരു സെക്കന്റോ സമ്മാനം നേടിയിരിക്കും. സമാപന ദിവ

സം കൈനിറയെ ട്രോഫിയുമായാണ് വരവ്. (ഞങ്ങളുടെ മക്കളായിട്ട് ആ പതിവ് ഇന്നും തുടരുന്നു.) ഞാൻ എന്നുമൊരു കാഴ്ചക്കാരൻ മാത്രമായിരിക്കും.

മൺ മറഞ്ഞു പോയ സജിയണ്ണൻ, പ്രീതിയണ്ണൻ, സജീവണ്ണൻ, വാട്ടിയെന്നു വിളിപ്പേരുള്ള പ്രദീപ് അണ്ണൻ ഇവരൊക്കെ ഉൾപ്പെടുന്ന സംഘാടക സമതിക്കാർ. സദാശിവണ്ണൻ, രാജു സാർ, രാജേന്ദ്രണ്ണൻ, പ്രസന്നൻ ചേട്ടൻ തുടങ്ങി ഈ ക്ലബ്ബിന്റെ രൂപീകരണത്തിൽ മുന്തിയിൽ നിന്നവരേയും സ്മരിക്കുന്നു.

മിമിക്രിയും മോണോ ആക്ടും അക്കാലത്ത് സതീപും ശിവനും കൈയടക്കിയിരുന്നു. ഓണത്തിന് ബന്ധു വീട്ടിൽ വിരുന്നെത്തിയിരുന്ന പ്രശസ്ത കോമഡി താരവും സിനിമാനടനുമായ ഉല്ലാസ് എന്ന ഉല്ലാസ് പന്തളവും ഈ ക്ലബ്ബിലെ ഒരു സ്ഥിരം താരമായിരുന്നു.

നാടിന്റെ നാനാ ഭാഗത്തുനിന്നും കലാപരിപാടികൾ കാണാൻ എത്തുന്നവരുടെ ഒരു തിരക്കുതന്നാണ്. അന്നാളുകളിലെ തിരുവോണം അവിട്ടം നാളുകൾ ശരിക്കും സന്തോഷത്തിന്റെ ദിനങ്ങളായിരുന്നു. ചാണാംചേരിൽ പറമ്പ് ശരിക്കും ഇന്നാട്ടിലെ യുവാക്കളുടെ ഒരു കേളീരംഗം തന്നെ ആയിരുന്നു.

ഇന്നും പൊൻപുലരിയുടെ ഓണക്കാല പരിപാടികൾ പുതു തലമുറയിൽപ്പെട്ട കലാകായിക പ്രേമികൾ ഏറ്റെടുത്ത് നടത്താറുണ്ട്. പഴയ ആ കേളീവിപിനം ഇന്ന് പണി പൂർത്തിയായതും, നിർമ്മാണങ്ങൾ നടന്നുകൊണ്ടിരിക്കുന്നതും ആരൊക്കയോ വിലയ്ക്കു വാങ്ങി പ്ലോട്ടു തിരിച്ചിട്ടിരിക്കുന്നതുമായ വസ്തുക്കളാണ്. ഇതിൽ ഒഴിഞ്ഞുകിടക്കുന്ന ഒരു പറമ്പിൽ കഴിഞ്ഞ കാലങ്ങളിലും ഓണാഘോഷം നടന്നു. ഓണക്കാല ദിനങ്ങളുടെ പൂവിളി കേട്ടു പുളകമണിഞ്ഞിരുന്ന ഈഗ്രാമത്തിലെ മഹാസ്റ്റേഡിയം നാളുകൾക്കുള്ളിൽ വീടുകൾ കൊണ്ടു നിറയും.

ഓണക്കാഴ്ചകൾ കണ്ടു മനം നിറയാൻ എത്തുന്ന മാവേലി ത്തമ്പുരാന് കലാകായിക മത്സരങ്ങളിലൂടെ ഓണവിരുന്നൊരുക്കാൻ സ്ഥലപരിമിതിക്കുള്ളിലും ഇന്നും കുഞ്ഞാവയണ്ണനും കൂട്ടരും കാത്തിരിപ്പുണ്ട്. കാഴ്ചക്കാരനായി ഈ ഞാനും.

പതിമൂന്ന്

ഓർമ്മകളിലെ രുചിഭേദങ്ങൾ

അമ്പലത്തിലെ അത്താഴ പൂജ കഴിഞ്ഞാൽ മൂന്നു സൈക്കിളിൽ നാലുപേരും കൂടി ഒരു യാത്രയാണ്. അതിലെ നാലാമൻ ഞാനാണ്. അന്നും അതിനു ശേഷവും എനിക്ക് സ്വന്തമെന്നു പറയാൻ ഒരു സൈക്കിൾ ഇല്ലായിരുന്നു. എങ്കിലും അന്നും എനിക്ക് സ്വന്തം പോലെ ഒരു പാട് സൈക്കിൾ ഉണ്ടായിരുന്നു! .

ആ യാത്ര ചെന്നവസാനിക്കുന്നത് ഉണ്ണിയച്ചായന്റ മാടക്കടയിൽ. കപ്പലണ്ടിയും, കടലയും, പല്ലിന്റെ ബലം കൂട്ടാനെന്നോണം ഇടയ്ക്കൊക്കെ പട്ടാണിയും, ഇടയ്ക്കൊരു നാൾ മത്സരിച്ച് ഒരു പഴുത്ത നാടൻ പടറ്റിക്കുല തിന്ന് റെക്കോഡ് നേടിയിട്ടുമുണ്ട്. ഇങ്ങനെ കഥയും കാര്യങ്ങളും പറഞ്ഞ് കഴിഞ്ഞ ദിനങ്ങൾ. ഈ കലാപരിപാടി മുടങ്ങിടാതെ സ്പോസർമാർ മാറി മാറി നിർവഹിച്ചു പോന്നിരുന്നു.

ഞങ്ങൾക്ക് ഒരു ദിവസം പോകാൻ പറ്റിയിരുന്നില്ലെങ്കിൽ പിറ്റേ ദിവസം ഇന്നലെ കണ്ടില്ലല്ലോ എന്ന് പരിഭവത്തോടെ തിരക്കുന്ന ഉണ്ണിച്ചായൻ. അങ്ങനെയിരിക്കെ അമ്പലത്തിലെ ആൽത്തറ ചർച്ചയ്ക്കിടയിൽ ചെട്ടികുളങ്ങരയിലെ ഇച്ചേയിയുടെ കടയിലെ ഉള്ളിവടയും, ബീഫ് കറിയുമായുള്ള കോമ്പിനേഷനെപ്പറ്റി അറിയുന്നത്. പിന്നീട് അത് എങ്ങനെയെങ്കിലുമൊന്ന് കഴിക്കാനായുള്ള കാത്തിരിപ്പായിരുന്നു. അങ്ങനെ ഒരുദിനം നാൽവർ സംഘം ഇച്ചേയിയുടെ കടയിലെത്തി. 'എന്താ പൈതങ്ങൾ പതിവില്ലാതിവിടെ? കയറി ഇരിക്ക്, എന്താ

കഴിക്കാൻ വേണ്ടത്' ഇച്ചേയി ചോദിച്ചു

'ഉള്ളി വടയും ബീഫ് കറിയും' നാലുപേരും കൂടി ഒരുമിച്ചൊരു പറച്ചിൽ. ആ പറച്ചിൽകേട്ട് ഇച്ചേയി ഒന്നു ഞെട്ടിയോ എന്നൊരു സംശയമുണ്ടായി ഞങ്ങൾക്ക്, കാരണം ആവേശത്താൽ ആ ശബ്ദം ഇത്തിരി ഉയർന്നുപോയോ എന്നു തോന്നിയിരുന്നു. ഒരു പുഞ്ചിരിയോടെ ഇച്ചേയി ഓരോരുത്തർക്കായി ഈ രണ്ട് ഉള്ളി വടയും ആവി പറക്കുന്ന ഓരോ പ്ലേറ്റ് ബീഫ് കറിയും വിളമ്പി. കഴിച്ചു തുടങ്ങുന്നതിന്റെ ഇടയ്ക്ക് നല്ല മധുരത്തിൽ ഓരോ ചൂടു ചായയും ഹോ....സത്യം പറയാമല്ലോ ആ ഒരു കോമ്പിനേഷൻ, സ്വാദ് അത് ഒന്നു വേറെ തന്നെയായിരുന്നു.

പിന്നെ എത്രയോ തവണ ഒരുമിച്ചും ഒറ്റയ്ക്കും ആ കടയിൽ പോയിരിക്കുന്നു.!

അതിനു ശേഷം പല കടകളിൽ നിന്നും ഉള്ളി വടയും ബീഫ് കറിയും കഴിച്ചിട്ടുണ്ട്. പക്ഷേ അതിനൊന്നും ആദ്യ മനുഭവിച്ച രുചിയോ സ്വാദോ അനുഭവപ്പെടിട്ടില്ല.

കായംകുളം ശ്രീവിഠോബാ ക്ഷേത്രത്തിന്എതിവശത്തുള്ള ചായക്കടയിലെ ദോശ രസവട, മുക്കവലയിലെ മല്ലൻചേട്ടന്റെ കടയിലെ ദോശ ചമ്മന്തി സാമ്പാർ, ബജ്ജികൾ, പനച്ചമൂട്ടിലെ പിള്ള ചേട്ടന്റെ കടയിലെ ദോശ ചമ്മന്തി, മുളക് കറി, വടക്കേത്തുണ്ടത്തിലെ വേണു ചേട്ടന്റെ കടയിലെ ദോശ,ചമ്മന്തി,താറാമുട്ടക്കറി,പത്തിയൂരിലെ ഹസനിക്കായുടെ കടയിലെ പൊറോട്ട ബീഫ് കറി എന്നിവ എത്രയോ പ്രാവശ്യം സ്നേഹക്കൂട്ടായ്മയിൽ കഴിച്ചിരിക്കുന്നു.

ആ കൂട്ടുചേരലും കഥ പറച്ചിലുമൊക്കെ അന്യം നിന്നിട്ടെത്രെയോ കാലം, പലർക്കും പുതിയ കൂട്ടുകാർ, കണ്ടാൽ തിരക്കിട്ട് കൈ കാട്ടി പോകുന്ന മറ്റുചിലർ, ഓർമ്മയെന്ന മാസ്മരിക വലയത്തിൽ മുങ്ങി ത്തിരയുന്ന എനിക്ക് ഇതൊക്കെ എങ്ങനെ മറക്കാൻ കഴിയും.

ഓർമ്മകൾ മരിക്കാതിരിക്കട്ടെ എന്നെന്നും...

പതിനാല്

പുരാവൃത്തങ്ങൾ

'എടാ ആ പനച്ചച്ചുവട്ടിൽ പോകരുത്, ആ പാലച്ചുവട്ടിൽ പോകരുത്, വടക്കേ പറമ്പിലെ പനച്ചുവട്ടിലും, അസമയത്താ തോട്ടിറമ്പിലും അവിടെ ഇവിടെ ഒന്നും പോകരുത്. അവിടൊക്കെ വരത്തുപോക്കും, മാടനും മറുതയും പ്രേതവുമൊക്കയാ' അച്ഛന്റെയും മറ്റു മുതിർന്നവരുടേയും പേടിപ്പെടുത്തുന്ന പറച്ചിലുകൾ കേട്ട് പേടിച്ചിരുന്ന ബാല്യ, കൗമാര യൗവനങ്ങൾ.ശരിക്കും രാത്രിയെ പേടിച്ചിരുന്ന നാളുകൾ.

നത്തു ചിലച്ചാൽ ഓ ഇന്നാരേയോ തെക്കോട്ടെടുക്കും, ചിലച്ചുകൊണ്ടു പറന്നുപോകുന്ന ഞാറപക്ഷി, വിത്തും കൈക്കോട്ടും പാടുന്ന വിഷുപക്ഷി. ഒരിക്കലും കാണാത്ത തീ തിന്നി പക്ഷി, കാലൻ കോഴി അങ്ങനെ വേറെയും ചിലത്. മുന്നോട്ടു പൊങ്ങി താന്ന് ദൂരെ തന്റെ ഇരയെ സൂക്ഷ്മം നോക്കിയിരിക്കുന്ന പാവം ഓന്തിനെ കണ്ടാൽ ഉടനെ പറയും പൊക്കിളുമറച്ചോ അവൻ ചോരയൂറ്റിക്കുടിക്കുകയാണ്, അത് ചുവന്നു വരുന്നതുണ്ടോ! എത്രയോ വട്ടം പൊക്കിളു മറയക്കാൻ നിക്കറു മേലോട്ടു കേറ്റിയിട്ടിരിക്കുന്നു. ആരും കാണാതെ പൊക്കിളിൽ കൂടി ചോരയൊഴുകുന്നുണ്ടോയെന്നു നോക്കി സമാധാനിച്ച നാളുകൾ. അരണയെ കൊന്നാൽ മരണം മുന്നേ, ഓന്തിനെക്കൊന്നാൽ ഓണം മുന്നെ! അങ്ങനെ എത്രയോ ചൊല്ലുകൾ. ഓണം പെട്ടെന്നു വരാനായെത്രയോ ഓന്തുകൾ രക്തസാക്ഷികളായി. ഈ പേടിക്കഥകളൊക്ക പലപ്പോഴായി എന്റെ അച്ചാച്ചൻ പറഞ്ഞു തന്നതാണ്.

പലപല കഥകൾ, പലപലനിറങ്ങൾ പലപലരൂപങ്ങൾ. കൊയ്

ത്തു തുടങ്ങിയാൽ പുഞ്ചയിലെത്തുന്ന നെരിപ്പോടുമാടൻ, ചാത്തൻ, പേയ്,പിശാച്,യക്ഷി തുടങ്ങിയ സങ്കൽപ്പകഥകളിലെ കഥാപാത്രങ്ങൾ എന്നെ ഒരു പേടിക്കാരനാക്കിയെങ്കിലും ആ കഥകളൊക്കെ ഏറെ ഇഷ്ട പ്പെട്ട് ഇഷ്ടപ്പെട്ട് കഥകളുടെ ആരാധനകായി ഞാൻ മാറിത്തുടങ്ങി. ആ കഥകളെല്ലാം 'ഓർമ്മപ്പൂക്കളായി' എന്നിൽ പൂത്തുവിടർന്നു.

വീടിന് തെക്കുഭാഗത്തുള്ള പത്തിയൂരിനേയും ഞങ്ങളുടെ ഗ്രാമത്തേയും തമ്മിൽ വേർതിരിക്കുന്ന കടവുങ്കരിക്കൽ തോടുണ്ട്, തോടിന് കുറുകെ ഒരു പാലവുമുണ്ട്. അമ്മവീട്ടിലേക്ക് അതു വഴി എന്നു യാത്ര ചെയ്താലും അച്ചൻ പറയും, രാത്രി കാലങ്ങളിൽ ഇതിലൂ ടെ യാത്ര ചെയ്യാൻ പറ്റില്ലത്രേ, ഈ പാലത്തിൽ രണ്ട് പ്രേതങ്ങൾ കാവ ലുണ്ടെന്നും പണ്ട് ആരോ കൊല ചെയ്ത് കൊണ്ടിട്ടവരുടെ ആത്മാ ക്കളാണു പോലും. അതും മനസ്സിലങ്ങനെ കുടിയേറി. അങ്ങനെ ഒരു നാൾ രാത്രിയിൽ പത്തിയൂരിലെ ഒരു ക്ലബ്ബിൽ "കുഞ്ചൻ നമ്പ്യാർ" നാടകം കാണാൻ പോയി. നാടകം തുടങ്ങാൻ താമസിച്ചതു കാരണം കൂട്ടുവന്ന രണ്ടുപേർ സഹികെട്ട് തിരിച്ചുപോയി, ഞാനൊറ്റയ്ക്കും. ആവേശത്തിൽ നാടകം കണ്ട് സന്തോഷത്തോടെ ഒരു മൂളിപ്പാടും പാടി സൈക്കിളിൽ വീട്ടിലേക്ക്. നല്ല നിലാവിൽ കുളിച്ചു നിൽക്കുന്ന രാത്രി, പാലത്തിന് തൊട്ടടുത്തെത്തിയപ്പോൾ മനസിലെ മായാക്കഥകൾ കെട്ടഴി ച്ചു പുറത്തുചാടി, കൂട്ടത്തിൽ പ്രേതങ്ങൾ കാവൽ നിൽക്കുന്ന കടവു ങ്കരിക്കൽ പാലവും. ഈശ്വരാ ഈ പാലം കടന്നു വേണം വീട്ടിലേക്കു പോകാൻ. കാലും കൈയും കുഴഞ്ഞു തുടങ്ങി. സൈക്കിൾ ചവിട്ടി യിട്ട് മുന്നോട് നീങ്ങുന്നില്ല. ദൂരെ എങ്ങോ നിന്നൊരു പട്ടി ഓരിയിടുന്നു, പെട്ടന്ന് മുഖത്തേക്ക് ആഞ്ഞു വന്നടിച്ചൊരു ഞർക്കീലി. എന്റെമ്മോ എന്നൊന്നു വിളിച്ചതു മാത്രം ഒരോർമ്മ. പിന്നീട് വീട്ടുമുറ്റത്ത് സൈ ക്കിളുവീഴുന്ന ശബ്ദം കേട്ട് അച്ചനിറങ്ങി വന്ന് എന്നെ പിടിച്ചെഴുന്നേൽ പ്പിച്ചപ്പോഴാണ് ശ്വാസം നേരെ വീണത്. അതിജീവനത്തിന്റെ നെട്ടോട്ട ത്തിൽ പലപ്പൊഴും ഇരവുകൾ പകലിനെക്കാൾ സുന്ദരിയായി തോന്നി യിരുന്നു. പക്ഷേ ഒരിക്കൽ പോലും കാവൽ നിൽക്കുന്ന പ്രേതത്തേയോ നെരിപ്പോടു മാടനേയോ, ചുണ്ണാമ്പു ചോദിച്ചു വരുന്ന യക്ഷിയേയോ കണ്ടിട്ടില്ല. ചിലപ്പൊഴൊക്കെ പതുങ്ങി മറയുന്ന മനുഷ്യസത്വങ്ങളെ കണ്ട് പേടിച്ചുവിറച്ചിട്ടുണ്ട്, ഒരു പക്ഷേ ഇക്കൂട്ടരുടെ പൂർവ്വികരായിരി ക്കാം പുരാവൃത്തങ്ങളുടെ സൃഷ്ടികർത്താക്കൾ.

പതിനഞ്ച്

ഒരു ജിന്ന് പ്രത്യക്ഷപ്പെടുന്നു

ജി.ഡി ബുക്സിൽ നിന്നും വി.പി.പി ആയി ഓർഡർ ചെയ്ത പുസ്തകം കഴിഞ്ഞ ദിവസം വന്നു. കേരള ഭാഷാ ഇൻസ്റ്റിറ്റ്യൂട്ട് പുറത്തിറക്കിയ ഡോ.ടി.ജമാൽ മുഹമ്മദിന്റെ അറബികളുടെ ചരിത്രം എന്ന പുസ്തകമായിരുന്നു അത്. പ്രീഡിഗ്രി പഠന കാലത്ത് ആരും കാണാതെ രാത്രിയിൽ മണ്ണെണ്ണ വിളക്കിന്റെ വെട്ടത്തിൽ വായിച്ച ആയിരത്തൊന്നു അറേബ്യൻ രാവുകളും, അമർചിത്രകഥാരൂപത്തിൽ ബാലരമയിൽവന്നിട്ടുള്ള അലാവുദ്ദീനും അത്ഭുതവിളക്കുമാണ് ആകെ വായിച്ചിരുന്ന അറബിക്കഥകൾ. 'ആയിരത്തൊന്നു രാവുകൾ' എന്ന പേരാണ് അത് വളരെ കൗതുകത്തോടും രഹസ്യമായും വായിക്കാൻ ഒരു ഞാനെന്ന കൗമാരക്കാരനെ പ്രേരിപ്പിച്ച വസ്തുത. ഇനി കാര്യത്തിലേക്ക് മടങ്ങി വരാം. അറബികളുടെ ചരിത്രം കയ്യിലേക്ക് കിട്ടിയ നിമിഷം മുതൽ അതിന്റെ പൊതിയഴിച്ച് വായിക്കാൻ വല്ലാത്തൊരു ആവേശമെന്നിൽ അലതല്ലി. സ്ഥാപനത്തിൽ എത്തിയ രണ്ട് കസ്റ്റമറെ പറഞ്ഞു വിട്ടപ്പൊഴേക്കും സമയം വൈകിട്ട് അഞ്ചു മണിയോടടുത്തിരുന്നു. അവർ പോയതിനു ശേഷം കത്രികയെടുത്തു പുസ്തകം പൊതിഞ്ഞു കെട്ടിയിരുന്ന നൂലും കവറും കട്ടു ചെയ്തു. ഒരു കൊച്ചുകുട്ടിക്ക് പൊതിഞ്ഞു കിട്ടിയ കളിപ്പാട്ടം തുറന്നുകാണാനുള്ള ആകാംക്ഷയിൽ പതുക്കെ ആ പൊതിയഴിച്ചു താളുകളോരോന്നായി മറിച്ചു നോക്കി. പുതിയ പുസ്തകത്തിന്റെ താളുകൾ മറിക്കുമ്പോഴുള്ള ഒരു നറുമണം അതൊരു വല്ലാത്തൊരുമണം തന്നെയാണെന്ന് അത് അനുഭവിച്ചിട്ടുള്ളവർക്കറി

യാം. ആ മണം നമ്മളെ പല ഓർമ്മകളിലേക്ക് കൂട്ടിക്കൊണ്ടു പോകും. പതിവിനു വിപരീതമായി ഈ പുസ്തകത്താളുകൾ തുറന്നപ്പോൾ ഒരു അത്തറിന്റെ വല്ലാത്തൊരു സുഗന്ധം . വീണ്ടും താളുകൾ മറിച്ചു അതേ മണം വീണ്ടുമനുഭവപ്പെട്ടു. അല്പസ്വല്പം പേടിയുള്ള എനിക്ക് ആകെ യൊരു പേടി. വല്ല ജിന്നോ മറ്റോ ഈ അറബി ചരിത്ര പുസ്തകത്തി നൊപ്പം കയറിക്കൂടിയോ! വേഗം തന്നെ പുസ്തകമടച്ചു വച്ചു. ആ പുസ്തകത്തിന്റെ ഉള്ളറിയാനുള്ള ആവേശത്തിൽ കുറച്ചു കഴിഞ്ഞ് വീണ്ടുമാ പുസ്തകത്താളുകൾ മറിച്ചു അതേ മണം തന്നെ. ആകെയൊ രങ്കലാപ്പ് മനസ്സിൽപെട്ടെന്നു കടന്നുകൂടി. വേഗം തന്നെ പുസ്തക മെടു ത്ത് വണ്ടിക്കുള്ളിൽ വച്ചുപൂട്ടി. ജിന്ന് അതിനകത്തിരിക്കട്ടെ അല്ല പിന്നെ. ഇല്ലാത്ത കാശു കൊടുത്തുവാങ്ങി അറബികളുടെ ചരിത്ര മൊന്നു പഠിക്കാമെന്നു വച്ചപ്പോൾ ജിന്നുവന്നു പേടിപ്പിക്കുന്നൊ? !

അന്നു രാത്രി ചരിത്രമൊന്നു വായിക്കാമെന്നു വെച്ചപ്പോൾ പേടി വീണ്ടുമെന്നെ വിലക്കി. നിരാശയോടെ കിടന്നുറങ്ങി. പിറ്റേദിവസം പതിവുപോലെ സ്ഥാപനത്തിൽ എത്തി ജോലിയിൽ മുഴുകിയപ്പോൾ വീണ്ടും തലേന്ന് അനുഭവപ്പെട്ട അത്തറിന്റെ മണം ഒഴുകിയെത്തി. ശ്ശെടാ പുസ്തകം അങ്ങ് വീട്ടിലാണല്ലോ! ജിന്ന് അതിന്റെ കൂടെ പോയി ല്ലിയോ... ആകെ പ്രശ്നമായല്ലോ എന്നു മനസ്സിൽ ചിന്തിച്ചപ്പൊഴേക്കും അത്തറിന്റെ സുഗന്ധം കൂടി കൂടി വരുന്നു ഒപ്പം എന്റെ നെഞ്ചിടിപ്പും. സാറേ ഒരു കോപ്പി. ഒരു അപരിചിൻ ആധാറും നീട്ടിപ്പിടിച്ച് എന്റെ മുന്നിൽ നിൽകുന്നു. അയാളിൽ നിന്നും അത്തറിന്റെ മടുപ്പിക്കുന്ന സുഗന്ധം മുറിക്കുള്ളിലേക്ക് വേഗം പടർന്നു പരന്നു. ആകെയൊരാ ശ്വാസം, ജിന്നിനെ നേരിട്ടുകണ്ടതിൽ. എന്റെ സ്ഥാപനത്തിനടുത്ത ലോഡ്ജിലെ പുതിയ താമസക്കാരനായിരുന്നു അബ്ദു എന്ന ആ ജിന്ന്, കോപ്പിയും വാങ്ങി തിരികെ ഏന്തി നടന്നുപോകുന്ന ജിന്നിനെ നോക്കി ഞാൻ അറിയാതെ താടിക്കു കൈ കൊടുത്തു നിന്നു പോയി. എങ്കിലും ആ പുസ്തം എപ്പൊഴെടുത്താലും സുഗന്ധം പരത്തിയൊഴുകിയെ ത്തിയ അത്തറിന്റെ മണം എനിക്ക് അനുഭവപ്പെട്ടുകൊണ്ടിരുന്നു.

പതിനാറ്

ക്നാവ്

സ്റ്റേഷൻ പിന്നിട്ട് പത്തിരുപത് മിനിട്ടു കഴിഞ്ഞപ്പൊഴേക്കും ട്രെയിന്റെ വേഗത കൂടി. വിൻഡോ സൈഡിലിരുന്നു കണ്ട പുറം കാഴ്ചകൾ വർണ്ണ ങ്ങൾ വാരി വിതറിയെഴുതിയ കൊളാഷുപോലെ ഒഴുകിക്കൊണ്ടിരുന്നു. കുലുങ്ങിയിളകി കൂകി പാഞ്ഞ് ഓടിക്കൊണ്ടിരുന്ന തീവണ്ടി പൊടുന്നനെ വർണ്ണാഭമായൊരു തുരങ്കത്തിലേക്കു കടന്നു. ട്രെയിൻ അതിവേഗമോടി ക്കൊണ്ടിരുന്നിട്ടും പുറം കാഴ്ചകൾ എല്ലാം വ്യക്തവുമായിരുന്നു. പലതരം മുത്തുകൾ വാരി വിതറിയൊരുക്കിയ വളഞ്ഞും പുളഞ്ഞും നീളുന്ന വഴികൾ. കാഴ്ചയുടെ വേഗത കൂടി ദൈർഘ്യമേറിയ ആ തുരങ്ക പാത പിന്നിട്ടുമ്പോഴെും അതിനൊപ്പം അതിവേഗം ഞാനും ഒഴുകി. ഉറവ പൊട്ടി യൊഴുകുന്നതുപോലെ പല തരം മുത്തുകളും പവിഴങ്ങളും വീഥിക്കിരു വശങ്ങളിലൂടെ അലതല്ലിയൊഴുകി.

എന്റെ സിരകളിൽ രക്ത പാച്ചിലിന്റെ വേഗത കൂടിക്കൊണ്ടിരുന്നു ശക്തിയേറിയ ശ്വാസനിശ്വാസത്തിനൊടുവിൽ,യാത്ര ചെയ്തിരുന്ന വീഥി കളിലെ പ്രകാശമാനമായ കാഴ്ചകൾ നഷ്ടപ്പെട്ടു തുടങ്ങി. പിന്നീട് അന്ധ കാരത്തിൽ മുങ്ങിക്കുളിച്ചുള്ള യാത്രയായിരുന്നു. ശ്വാസനിശ്വാസങ്ങളുടെ ഏറ്റക്കുറച്ചിലുകൾക്കൊടുവിൽ പൊടുന്നനേ കാഴ്ചകൾ മങ്ങി തുടങ്ങി. അമ്മേ അമ്മേ എന്നുറക്കെ വിളിച്ചു, പക്ഷേ വിളികൾ തൊണ്ടക്കുഴിയിൽ നിന്നും പുറത്തേക്കു വന്നില്ല. വെപ്രാളത്തിൽ കാലും കയ്യും ശക്തിയാ യിട്ടടിച്ചു.

അത് ഏറ്റു. കാരണം കിടക്കപ്പായിൽ കിടന്ന് കാൽ ശക്തിയോടെ അടിച്ചത് തറയിലേക്കും. പിന്നീട് ഒരു നിലവിളിയായിരുന്നു. അതു എല്ലാ വരും കേട്ടു, അമ്മയും; ' അവൻ വല്ല ക്നാവും കണ്ടതായിരിക്കും' എന്ന് അമ്മ പറഞ്ഞതു കേട്ടപ്പോൾ അന്ധകാരച്ചുഴിയിലകപ്പെട്ടപ്പോൾ നഷ്ടപ്പെട്ട കാഴ്ച അകതാരിൽ നിന്ന് അരിച്ചിറങ്ങി തുടങ്ങി.

പതിനേഴ്

നിഴലാട്ടം

നിഴലിന് എന്നോളം പ്രായം കാണും. കാരണം എന്റെ നിഴലല്ലേ? ഓർമ്മവെച്ച നാൾ മുതൽ എനിക്കൊപ്പം കൂടിയതാണ്. കുട്ടിക്കാലത്ത് ഒരു ഒളിച്ചുകളിക്ക് ഇടയിലാണ് ശരിക്കും നിഴലിനെ ഞാൻ ശ്രദ്ധിച്ചു തുടങ്ങിയത്.

സാറ്റ് മരത്തിന്റെ ചുവട്ടിൽ നിന്നും ഒന്നേ രണ്ടേ മൂന്നേ... എ ട്ട് എണ്ണിത്തുടങ്ങി ഇരുപതേയെന്ന് എണ്ണി അവസാനിച്ചു. അപ്പൊഴേക്കും ഓരോരുത്തരായി എവിടെക്കയോ പോയൊളിച്ചു. ഞാനും, ഞാനൊളിച്ചത് ഒരു ആഞ്ഞിലിച്ചുവട്ടിലായിരുന്നു. ഒളിച്ചു നിന്നിട്ട് തലയെത്തി സാറ്റും മൂട്ടിലേക്ക് എത്തി നോക്കി. സാറ്റ് എണ്ണിയ പ്രവീൺ അവിടെ നിന്നു കൊണ്ടു തന്നെ നാലുപാടും നോക്കുന്നു.

ഞാൻ പെട്ടെന്ന് തല പുറകോട്ടു വലിച്ചു. പെട്ടെന്ന് അതിനൊപ്പം എന്തോ പുറകോട്ടു വലിയുന്നതായി തോന്നി. അതു കണ്ട് വീണ്ടും തല പുറത്തേക്കിട്ടു. അപ്പോഴും ഒരു കറുത്ത രൂപം ഞാൻ നിൽക്കുന്നിടത്തു നിന്നും മുന്നോട്ടാഞ്ഞു നിൽക്കുന്നു, ഞാൻ ആകെ ഞെട്ടിപ്പോയി, എന്താണിത് !

വല്ല പ്രേതമോ മറ്റോ? അച്ഛനെപ്പോഴും പറയുമായിരുന്നു, അസമയത്തുള്ള ഈ കളി അത്ര നല്ലതല്ലെന്ന്. വീണ്ടും ഞാനൊന്നു ഞെട്ടി കാരണം രണ്ടാമത്തെ എത്തിനോട്ടത്തിൽ എന്നെ കണ്ടിട്ട്, പ്രവീൺ ഉറക്കെ പേരു വിളിച്ച് സാറ്റുവെച്ചു. ആകെ കുഴഞ്ഞു അന്നു തൊട്ടാണ് ഇതു നിഴലാണെന്നും, രാവും പകലും നമുക്കൊപ്പം ഏതു സമയത്തും ഏതു നേരത്തും

എവിടെയും നമ്മെ നാമറിയാതെ പിൻതുടരുന്ന നിഴലിനോട് എന്തോ ഒരു സ്നേഹം തോന്നി തുടങ്ങിയതും. ആരോ പിന്നീടൊരിക്കൽ പറഞ്ഞു സ്വന്തം നിഴലിനെപ്പോലും വിശ്വസിക്കരുതെന്ന്. എന്താ നിഴലിന് ജീവനുണ്ടോ? ഉണ്ടായിരിക്കും. അതല്ലേ നമ്മൾ ചെയ്യുന്നതൊക്കെ അതേപടി ചെയ്യുന്നത്. അതുപോലെ എങ്ങോ വായിച്ചതായി ഓർക്കുന്നു നിഴൽ നാടകത്തെ പറ്റി!

അപ്പോൾ നിഴൽക്കൂത്തോ? ആർക്കറിയാം. ഏതായാലും അത്ര വലിയ പഠനത്തിനൊന്നും പോകുന്നില്ല. ഒന്നറിഞ്ഞിരിക്കാൻ വേണ്ടി ഗൂഗിളിൽ സെർച്ചു ചെയ്തു അവൻ നിഴലെന്നു കേട്ടപ്പോൾ കുഞ്ചാക്കോ ബോബന്റെ സിനിമ മാത്രമേ അറിയുള്ളൂ എന്നു പറഞ്ഞൊഴിഞ്ഞു.

അവസാനം ശബ്ദതാരാവലിയോടു ചോദിച്ചു.

ഛായ

പ്രതിരൂപം, തണൽ എന്നൊക്കെ പറഞ്ഞ് എന്നെ സമാധാനിപ്പിച്ചു.

ഇനി ആരെങ്കിലും നിഴലിനെ കുറിച്ച് പഠിച്ച് ഡോക്ടറേറ്റെടുക്കട്ടെ അന്നേരം അവരോടു ചോദിക്കാം. നിഴൽ നാടകങ്ങളും, നിഴൽക്കൂത്തുമുള്ളപ്പോൾ നിഴലിനു ജീവനുണ്ടായിരിക്കും.

അപ്പോൾ പിന്നെ നിഴലിനെ ഒന്നു സൂക്ഷിക്കുന്നത് നന്നായിരിക്കും ചില സമയത്ത് നന്നേ കുറുകിയും, മറ്റു ചിലപ്പോൾ വളരെ വലുതും ഇടയ്ക്ക് നമുക്കൊപ്പവും നമ്മുടെ നിഴലുണ്ടാകും.

അതുകൊണ്ട് നിഴലിനെ സ്നേഹിക്കുന്നതുകൊണ്ടും, ചെറുതായിട്ടൊന്നു ഭയപ്പെടുന്നു കൊണ്ടും ഒരു കുറ്റവുമില്ലന്നാണ് എന്റെ നിഗമനം. ചിലപ്പോൾ ഈ നിഗമനം തെറ്റായിരിക്കാം

അല്ലെങ്കിൽ ശരിയുമായിരിക്കാം.

എങ്കിൽ പിന്നെ നിഴൽ നിഴലായി തന്നെ തുടരട്ടെ

അല്ല പിന്നെ.....

പതിനെട്ട്

ചീരാലിക്കാവിലമ്മ

ചീരാലിക്കാവിന്റെ മുന്നിലൂടെ പോകുമ്പോഴൊക്കയും ദേവൻ അറിയാതെ കാവിനുള്ളിലേക്ക് നോക്കി പോകും. കാരണം ചീരാലിക്കാവിൽ എപ്പൊഴും കാവിലമ്മയുണ്ടായിരിക്കും അഞ്ചുതലയുള്ള നാഗത്താന്മാരേയും പനമുകളിൽ വാഴുന്ന സുന്ദരി യക്ഷിയേയും പേടിയില്ലാത്ത കാവിലമ്മ, ചീരാലിക്കാവിന്റെ സർവ്വാധികാരിയാണത്രേ!!!

വെള്ളികെട്ടിയ തലമുടിയിൽ തുളസിക്കതിർ ചൂടി കാവിമുക്കിയ മുണ്ടും കെട്ടു ബ്ലൗസും നേര്യതും കഴുത്തിൽ രുദ്രാക്ഷമാലയും കൈയിൽ വെള്ളി കെട്ടിയ ഒരു ചൂരൽ വടിയുമായി കാവിനു കാവലായ് കാവിലമ്മ എപ്പൊഴുമുണ്ടാകും ചീരാലിക്കാവിൽ.

അടുത്തുള്ള തേവരുടെ നടയിൽ നിന്നു കിട്ടുന്ന പടച്ചോറോ , തേവർക്ക് നേദിക്കുന്ന മലരോ പഴവുമോ ഭക്ഷിച്ച്, ഭഗവാനേയും പ്രാർത്ഥിച്ച്, ചീരാലിക്കാവും പരിസരവും സംരക്ഷിച്ച് കാവിലമ്മയായി കഴിയുന്നു. എന്തായിരിക്കും കാവിലമ്മയുടെ ശരിക്കുമുള്ള പേര്, ആരായായിരിക്കും ഈ കാവിലമ്മ. ദേവൻ പലരോടും തിരക്കി ആർക്കും അറിയില്ല, പലരും കാണുന്ന കാലം തൊട്ടേ കാവിലമ്മ ഇങ്ങനെ തന്നെ, ഈ രൂപത്തിൽ. അറിയാവുന്നവരൊക്കെയോ കാലം ചെയ്തിരുന്നു.

അഞ്ചാം ക്ലാസിൽ പുതിയ സ്കൂളിലേക്ക് പോകും വഴിയാണ് ദേവൻ ചീരാലിക്കാവ് കാണുന്നത്. ദേവൻ ആദ്യമായി സ്കൂളിലേക്ക് കാവിനടുത്തുകൂടി പോയപ്പോൾ ചെറുകാറ്റിൽ കാവിലെ വള്ളിപ്പടർപ്പും പാലമരവും ഇളകിയാടി. കാറ്റിൽ കറങ്ങിക്കറങ്ങി താഴേക്കു വീഴുന്ന

ഒരു ചക്രം കണക്കെയുള്ള ഒരു പൂവെന്നു തോന്നിക്കുന്ന ചക്രച്ചിറകുള്ളൊരു കായ് ദേവന്റെ കാൽക്കൽ തന്നെ വീണു. അത്ഭുതവും ആഹ്ലാദവും അതിലേറെ അതിശവും തോന്നി ദേവനപ്പോൾ.

ദേവൻ അത് എടുത്ത് മുകളിലേക്ക് എറിഞ്ഞു. അത് പമ്പരം പോല കറങ്ങി താഴേക്കു പതിച്ചു. അതുപോലെ കാവ് ദേവനോടുള്ള സ്നേഹവും പലപ്പോഴും പൂവായും ഇലയാലും, വള്ളികളു മായുള്ള തഴുകലും തലോടലുമായി നൽകിക്കൊണ്ടിരുന്നു.

ഒരു നാൾ കാവിൽ എതോ വലിയ പൂജ നടക്കുന്നത് സ്കൂളിലേക്കു പോകും വഴി ദേവനും കൂട്ടുകാരും കണ്ടു. ചെണ്ടമേളവും വീണയും കുടവും മീട്ടിയുള്ള നാവേറു പാട്ടും, മണിയൊച്ചയും കേട്ടു. നാഗത്തറയിൽ വിളക്കുകൾ വച്ചുള്ള പൂജയും കണ്ടു. വൈകുംന്നേരം സ ്കൂൾ വിട്ട് തിരികെ കൂട്ടുകാരുമായി വീട്ടിലേക്ക് പോകും വഴി കാവി നടുത്തെത്തിയപ്പോൾ കീറ്റിലയിൽ മലരും പഴവും അടയുമായി ഒരു വൃദ്ധ നിൽക്കുന്നു. 'ദാ കുഞ്ഞുങ്ങളെ ഇതെടുത്തോളു എല്ലാവരും കൂടി'എന്നു പറഞ്ഞു ഇലക്കീറു മുന്നോട്ടു നീട്ടി. വിനു അതു കൈ നീട്ടി വാങ്ങി എന്നിട്ടു പറഞ്ഞു 'ഇത് കാവിലമ്മയാണ്'

കാവിലമ്മയോ! ദേവനത്ഭുതമായി. അതൊരു തുടക്കമായിരുന്നു; ദേവന് കാവിലമ്മയോടടുക്കാനും, സ്നേഹം തോന്നുവാനും പിന്നീടൊരുനാൾ വിനു കാവിൽ നിന്നു പറിച്ചെടുത്ത പുളിപ്പും, കവർപ്പും മധുര വുമുള്ള ചുരപ്പഴം കൊണ്ടു തന്നു. അതും കാവിലമ്മ കൊടുത്തതാണത്രേ. അങ്ങനെ ഇലഞ്ഞിപ്പഴവും, കുപ്പിപ്പഴവും, കുരീപ്പഴവും, ഓടൽ പ്പഴവും, കൊട്ടയ്ക്കായും, എരിവുള്ള വയണ യിലും, പുള്ളിക്കുയിലും, കുളക്കോഴിയും, വേറെ പല തരം പക്ഷികളും ദേവന്റെ കൂട്ടുകാരായി. വിവിധ തരം മരങ്ങളും ജീവജാലങ്ങളും, ചെറുസസ്യങ്ങളും, പലതരം സൂക്ഷ്മ ജീവികളും അധിവസിക്കുന്ന കാവുകൾ പ്രകൃതിയിലെ നല്ലൊരു ആവാസവ്യവസ്ഥയാണെന്നു പിന്നീടു പഠിച്ചു. അത് കാത്തു സൂക്ഷിക്കുന്ന കാവിലമ്മമാരോട് സ്നേഹം കൂടി.

ഏറെക്കാലം കഴിഞ്ഞപ്പോഴേക്കും ചീരാലിക്കാവിലമ്മ വിഷ്ണു പാദം പൂകി. ഇന്നും തേവരുടെ നടയിൽ പോകുമ്പോഴൊക്കെ ദേവൻ കാവിലും തൊഴുതു മടങ്ങും. ഇന്നും ദേവനെ കാണുമ്പോൾ പഴയതുപോലെ തന്നെ കാറ്റാടി ചിറകുള്ള കായ് പറന്നു വീഴും, വള്ളികളും ചൂരൽചെടിയും കാറ്റിൽ തലയാട്ടി തുള്ളിച്ചാടും.

പത്തൊൻപത്

ശവപ്പെട്ടിക്കച്ചവടക്കാരൻ

ചാറ്റൽ മഴ നന്നേ കനത്തു തുടങ്ങി.

'റെയിൻകോട്ട് എടുക്കാതെ എന്നു പുറത്തിറങ്ങിയോ അന്നൊരു പതിവുള്ളതാണീ മഴ 'എന്നു മനസ്സിൽ പറഞ്ഞിട്ട് അശോകൻ ബൈക്കിന് വേഗം കൂട്ടി. റോഡിന്റെ ഇരുവശങ്ങളിലുമുള്ള കടകൾക്കുമുന്നിലും കാൽ നടയാത്രക്കാരും, ബൈക്കുയാത്രികരും, ചിലയിടങ്ങളിൽ ബംഗാളി ബാബു മാരും സൈക്കിളും വച്ച് സ്ഥലങ്ങൾ കൈയേറിയിരുന്നു.

ഒഴിഞ്ഞ സ്ഥലം തിരഞ്ഞ് ഒടുവിൽ ആളില്ലാതെ ഒഴിഞ്ഞു കിട ക്കുന്ന ഒരു കടക്ക് മുന്നിൽ റോഡിൽ നിന്ന് ഒതുക്കി വണ്ടി നിർത്തി. റോഡ് നവീകരിച്ചതിനാലാവണം റോഡിൽ നിന്നും രണ്ടു മൂന്നു പടികൾ കയറി വേണം കടയിലേക്ക് കയറി നിൽക്കാൻ. പലകയടിച്ച വെടിപ്പും വൃത്തി യുമുള്ള കടയുടെ മുന്നിലേക്ക് നീങ്ങി നിന്നു. അന്നേരം 'ഇങ്ങ് അക ത്തേക്കു കയറി നിന്നാട്ടെ ഇറയത്തു നിന്നുള്ള വെള്ളം വീണിട്ട് മേലും തുണിയും നനയും'എന്നുകേട്ടത്. ആശ്ചര്യത്തോടെ അകത്തേക്കു നോക്കിയപ്പോൾ പഴക്കം ചെന്ന ഒരു ചാരുകസേരയിൽ ചാരി ക്കിടന്ന് പുറം ചട്ട പഴകിയ ഏതോ ഒരു പുസ്തകം വായിക്കുന്ന ഒരു വൃദ്ധൻ. അതിലേറെ ആശ്ചര്യം ആ കട ഒരു ശവപ്പെട്ടിക്കടയായിരു എന്നുള്ളതായിരുന്നു. പല വലിപ്പത്തിലുള്ളതും വ്യത്യസ്ത രീതിയിൽ ചിത്രപ്പണികൾ ചെയ്ത് അലങ്ക രിച്ചവയുമായിരിന്നു അവയെല്ലാം .

കടയുടെ പുറത്തെ പലക ചെറ്റയിൽ ചോക്കും കരിയും വച്ച് ശവപ്പെട്ടി വിൽക്കപ്പെടും എന്നെഴുതി വച്ചത് അശോകൻ കണ്ടിരുന്നില്ല. ശവപ്പെട്ടി കണ്ടപ്പൊഴേ അശോകന് ഒരു വല്ലായ്മ തോന്നിയിരുന്നു. കാരണം പേടിതന്നെ.

അശോകന്റെ വല്ലായ്മ ശ്രദ്ധിച്ച വൃദ്ധൻ ചോദിച്ചു 'എന്താ കൊച്ച് ആലോചിക്കുന്നത്' 'ഒന്നുമില്ല' അശോകൻ മറുപടി പറഞ്ഞു. മഴയ്ക്ക് ശക്തി കൂടി കൊണ്ടിരുന്നു. ചെറിയ തണുപ്പും വല്ലാത്തൊരു പേടിയും കൂടിയായപ്പോൾ അശോകന്റെ ചിറി കൂട്ടിയടിച്ച് വിറച്ചു തുടങ്ങി. അതു കണ്ടിട്ടെ ന്നോണം വൃദ്ധൻ മേശമേൽ ഇരുന്ന ഒരു തെർമൽ ഫ്ളാസ്ക്കിൽ നിന്നും ചൂടു ചായ ഫ്ളാസ്ക്കിന്റെ കപ്പിലൊഴിച്ചു നീട്ടികൊണ്ടു പറഞ്ഞു

'ഇന്നാ ഇതു കുടിയ്ക്ക്, തണുപ്പുമാറും' ഒന്നറച്ചിട്ടാണെങ്കിലും അശോകൻ അതുവാങ്ങി ചായ ഒരിറക്കു കുടിച്ചു.

വൃദ്ധൻ തുടർന്നു 'തലമുറകളിയി കൈമാറി വന്ന കടയാണ്, എത്ര തലമുറയെന്നോർമ്മയില്ല, മരണം അവസാനിക്കുന്നില്ലല്ലോ .... അനസ്യൂതം തുടർന്നുകൊണ്ടേയിരിക്കുന്നു. ലോകത്തുള്ള പല വസ്തുക്കളും മനുഷ്യൻ ആഗ്രഹിക്കുകയും സ്വന്തമാക്കാൻ കൊതിക്കുകയും, വാങ്ങി സൂക്ഷിക്കുകയും ചെയ്യുന്നു. പക്ഷേ ഇതു മാത്രം ഈ ശവപ്പെട്ടി മാത്രം ആരും സ്വന്തമാക്കാനും, ഇഷ്ടത്തോടെ വാങ്ങിവയ്ക്കാനും ശ്രമിക്കാറില്ല

'അതെന്താണെറിയാമോ'വൃദ്ധൻ അശോകനോടു ചോദിച്ചു

'ഇല്ല' അശോകൻ മറുപടി പറഞ്ഞു

വൃദ്ധൻ ചിരിയോടെ പറഞ്ഞു' മരണഭയമാണതിനു കാരണം'

മരണം അശോകൻ വീണ്ടും ഞെട്ടി

'പുറത്ത് പലകമേൽ ശവപ്പെട്ടി വിൽക്കപ്പെടും എന്നെഴുതിയത് കുഞ്ഞ് കണ്ടിരുന്നേൽ ഇവിടേക്ക് കയറി നിൽക്കുമായിരുന്നോ' വീണ്ടുമൊരു ചോദ്യവുമായി വൃദ്ധൻ

' ഇല്ല കയറില്ലായിരിന്നു' അശോകൻ പറഞ്ഞു

' പേടി..... മരണപ്പേടി 'വൃദ്ധൻ അശോകനെ കളിയാക്കി

വീണ്ടും ചിരിച്ചു, 'ചായ കുടിച്ചെങ്കിൽ കപ്പു ഇങ്ങു താ ഫ്ളാസ്ക്ക് അടച്ചു വയ്ക്കട്ടെ' വൃദ്ധൻ തുടർന്നു. ധൃതിയിൽ ബാക്കിയിരുന്ന ചായ കൂടി കുടിച്ചിട്ട് അശോകൻ കപ്പ് മേശമേൽ വച്ചു.

'ഇവിടെവിലപേശലില്ല, ആവശ്യക്കാർ അവർക്ക് ഇഷ്ടമുള്ള തെടുക്കും, അവർക്കിഷ്ടമുള്ളത് തരും, ഞാനത് സന്തോഷത്തോടെ

ഇരുപത്

കാവൽമാടത്തിലെ റാന്തൽവിളക്ക്

'അപ്പാപ്പോ ഇതെന്താ ഇപ്രാവശ്യം നേരത്തെ, കൊയ്ത്തു തുടങ്ങാൻ ഇനി ഒരാഴ്ച കൂടി കഴിയുമെന്നു കടവിൽ ആരൊക്കയോ പറയുന്ന കേട്ടു' തലയിൽ ഒരുകെട്ടും കൈയിൽ ഒരു പ്ലാസ്റ്റിക്കു സഞ്ചിയും തൂക്കി വരുന്ന എഴുപതുവയസ്സിനു മുകളിൽ പ്രായമുള്ള ഒരു വൃദ്ധനെ നോക്കി തോമാകുട്ടി ചോദിച്ചു.

'എടോ ഉവ്വേ കിഴക്കേ റോഡു വരെ ഒരു വണ്ടി കിട്ടി. അയലത്തുള്ള ഒരു കൊച്ചൻ കായംകുളം വരെ വരുന്നുണ്ടായിരുന്നു. ഞാനിങ്ങുപോന്നു. കാറിലായിരുന്നു. അല്ലേ പിന്നെ മൂന്നാലു വണ്ടി കേറി വരണ്ടായോ. പണ്ടേപ്പോലെ ലെക്കൊന്നും തീരെയില്ല.

അപ്പാപ്പൻ എന്നുവിളിപ്പേരുള്ള തങ്കപ്പൻ ചേട്ടൻ തോമായ്ക്ക് ഓർമ്മ വെച്ച കാലം തൊട്ടേ പടിഞ്ഞാറെ പാടത്ത് കൊയ്ത്തു തുടങ്ങുന്നതിന് രണ്ടു നാൾ മുമ്പ് എത്തും. കൊയ്ത്തും മെതിയും, കച്ചിയുണക്കലും മറ്റു പണികളുമായി കൊയ്ത്തു തീരുന്നതു വരെ കാണും. അങ്ങ് കിഴക്ക് ഏതോ ദിക്കിൽ നിന്നും അപ്പാപ്പൻ വരും കൊയ്ത്താകുമ്പോൾ ഒരു ദേശാടനക്കിളിയെപ്പോലെ. ഗവൺമെന്റ് സർവ്വീസിൽ സ്വീപ്പറായി ജോലിയുണ്ടായിരുന്ന അപ്പാപ്പൻ കൊയ്ത്തു തുടങ്ങിയാൽ ഒരു മാസത്തെ അവധിയെടുത്തു കൊയ്ത്തിനു വരും, മുതലിനോടുള്ള ആർത്തി കൊണ്ടല്ല, ഇവിടെ ഈ പാടത്ത് വരുമ്പോൾ തന്റെ പഴയ കാലത്തെക്കുറിച്ച് ഓർമ്മ വരുമെന്നും, അക്കാലങ്ങൾ വേദനയുടെ സന്തോഷത്തിന്റെ ദിനങ്ങളായിരുന്നുവെന്ന് ഇടയ്ക്കൊക്കെ കാണുന്ന

വരോടൊക്കെ പറയും. തന്റെ ബാല്യകാലത്ത് അച്ഛൻ രോഗം വന്ന് കിടപ്പായപ്പോൾ കുടുംബഭാരം മുഴുവൻ അമ്മയുടെ തലയിലായി. ആ വർഷം പത്താംതരം പരീക്ഷ കഴിഞ്ഞ് അവധിക്കാലത്ത് ആരുടെയോ ശുപാർശയിൽ ജോലിക്കായി തങ്കപ്പൻ അടുത്ത പട്ടണത്തിലെ ഒരു കച്ചവടക്കാരന്റെ ബന്ധുവായ ഗോപാലൻ മുതലാളിയുടെ പാടത്ത് ആ ചെറുപ്രായത്തിൽ കച്ചി ഉണക്കുവാനും രാത്രിയിൽ കളത്തിന്റെ നോട്ട ക്കാരനുമായി പണിക്കുവന്നത്. അതൊരു തുടക്കമായിരുന്നു. ആ വർഷ ത്തെ കൊയ്ത്തു കഴിഞ്ഞപ്പൊഴേക്കും തങ്കപ്പൻ ശരിക്കും പടിഞ്ഞാറെ കരക്കാർക്ക് പ്രിയപ്പെട്ട അപ്പാപ്പനായി. കൊയ്ത്തു തീർന്ന് തിരികെ പോയപ്പോൾ കൂലിയായി നെല്ലും രൂപായും കൊടുത്ത് മുതലാളി സന്തോഷത്തോടെ തങ്കപ്പനെ യാത്രയാക്കി. അന്നുതൊട്ട് ഇന്നു വരെയും പാപ്പൻ കൊയ്ത്തു തുടങ്ങുന്നതിന് രണ്ട് മൂന്ന് ദിവസം മുൻപേ പടിഞ്ഞാറക്കരയിൽ എത്തും. ഗോപാലൻ മുതലാളിയുടെ കള ത്തിലെ പണിക്ക് ഇടയിൽ മറ്റു കളങ്ങളിലെ പണികൾക്കുവിളിച്ചാലും സന്തോഷത്തോടെ പോകും.

അങ്ങനെ കാലങ്ങളെത്രയോ കഴിഞ്ഞു പോയി. ഇപ്പോഴും കൊയ്ത്തായാൽ ജോലിക്കല്ലെങ്കിൽപോലും അപ്പാപ്പൻ പതിവുപോലെ ഗോപാലൻ മുതലാളിയുടെ പറമ്പിലെ കാവൽമാടത്തിൽ എത്തും. ഇപ്രാവശ്യത്തെ കൊയ്ത്തു കഴിഞ്ഞപ്പൊഴേക്കും പാപ്പന്റെ മനസ്സിൽ എന്തെന്നില്ലാത്തൊരു നൊമ്പരമുണർന്നിരുന്നു. പുതുതായി തുടങ്ങുന്ന താപനിലയത്തിൽ വേസ്റ്റുവരുന്ന ചാരം നിക്ഷേപിക്കാൻ പടിഞ്ഞാറെ ക്കര പുഞ്ചപ്പാടം ഏറ്റെടുക്കുമൊന്നൊരു വാർത്തകേട്ടു. കൂടാതെ പാടത്തിൽ താപനിലയത്തിൽനിന്നുള്ള കറണ്ട് കൊണ്ടുപോകാനായി കൂറ്റൻ ടവറുകൾ സ്ഥാപിക്കുമെന്നതും. അത്രയും കേട്ടപ്പോൾ മുതൽ വല്ലാത്തൊരു ദുഃഖത്തിലായിരുന്നു അപ്പാപ്പൻ. പിറ്റേന്ന് നേരം പുലരും മുൻപേ ആരോടും ഒന്നും പറയാതെ പാപ്പൻ മടങ്ങിപ്പോയി. പിന്നീട് വർഷങ്ങളോളം പടിഞ്ഞാറെക്കര പാടത്ത് ആരും കൃഷിയിറക്കിയില്ല. താപനിലയത്തിൽ കൽക്കരി മാറ്റി നാഫ്ത ഉപയോഗിച്ച് വൈദ്യുതി നിർമ്മിച്ചതിനാൽ പാടം താപനിലക്കാർ ഏറ്റെടുത്തില്ല. എങ്കിലും പാടത്തിലൂടെ കൂറ്റൻ ടവറുകൾ നിർമ്മിച്ച് വൈദ്യുത ലൈൻ വലിച്ചി രുന്നു. പാടശേഖരത്തിലെ മിക്ക കർഷകരും അതോടുകൂടി കൃഷിയും നിർത്തി. പാടത്തെ കൃഷിയും കൊയ്ത്തും മെതിയുമെല്ലാം ഒരു ഓർമ്മയിലൊതുങ്ങി.

ഗോപാലൻ മുതലാളിയും മറ്റു പ്രമുഖരായ കർഷകരും പടിഞ്ഞാറെക്കര പാടത്തിലെ പ്രിയപ്പെട്ട കാവൽക്കാരൻ അപ്പാപ്പനും മൺമറഞ്ഞു. വർഷങ്ങൾക്കു ശേഷം പടിഞ്ഞാറെക്കര പാടം വീണ്ടും കതിരണിഞ്ഞു. പാടങ്ങൾ വൃത്തിയാക്കാതെ ട്രാക്ടറിട്ട് പൂട്ടിക്കുഴച്ച് വിത്തു വിതച്ച് 'വെള്ളത്തിൽ പൂട്ടും കൂട്ടത്തിൽ പാട്ടും' എന്നു പറയുന്ന പോലെ സർക്കാരിന്റെ സബ്സിഡിക്കു വേണ്ടിയുള്ള ഒരു കൃഷി. കൃഷി നന്നായാലും ഇല്ലെങ്കിലും കൃഷി ചെയ്യുന്നവർക്ക് സബ്സിഡി ഉറപ്പ്.

ഇതിനെല്ലാം സാക്ഷിയായി പാടത്തിൻ കരയിലെ തകർന്നു വീഴാറായ അപ്പാപ്പന്റെ ഓർമ്മകളുടെ മണമുള്ള കാവൽമാടം. അവിടെ കൊയ്ത്തുതുടങ്ങിക്കഴിഞ്ഞാൽ ചിലപ്പോഴൊക്കെ ആരോ തിരിതാഴ്ത്തി കൊളുത്തിയ ഒരുറാന്തൽ വിളക്ക് കത്തുന്നതു കാണാം, ആ സമയം മാടത്തെ തഴുകി വരുന്ന പുന്നെല്ലിൻ മണവുമുള്ള ഇളം കാറ്റിൽ കേട്ടു മറന്നൊരു കൊയ്ത്തു പാട്ടിന്റെ ഈരടിയും കേൾക്കാം.

ഇരുപത്തിയൊന്ന്

കഥകൾ തേടി

'എടീ കൊച്ചുങ്ങളെ ഇവിടാരുമില്ലേ ' പാറുക്കുട്ടിയമ്മയുടെ നീട്ടിയുള്ള വിളി കേട്ടിട്ട്

'ഞാനിവിടുണ്ടേ അടുക്കളയിലാണേ' അകത്തുനിന്നും അമ്മുക്കുട്ടിയമ്മ വിളിച്ചു പറഞ്ഞു. നാട്ടിലെ അറിഞ്ഞതും അറിയാത്തതും അറിയാനുള്ളതുമായ എല്ലാ വാർത്തകളുടേയും കലവറയാണ് പാറുക്കുട്ടിയമ്മ. ഉറ്റവരും ഉടയവരുമായി ആരുമില്ലാത്ത പാറുക്കുട്ടിയമ്മയ്ക്ക് അയൽക്കാരാണെല്ലാം.

'എടീ കൊച്ചേ നിന്റെ പിള്ളാരൊക്കൊ പഠിക്കാൻ പോയോ, ദിവാകരന് പണിയുണ്ടോ. കൊറച്ചു ദിവസമായി ഇങ്ങോട്ടൊന്ന് ഇറങ്ങണമെന്നു വിചാരിക്കുന്നു' എന്നു പറഞ്ഞിട്ട് പാറുക്കുട്ടിയമ്മ മെഴുകിത്തളിച്ച തിണ്ണിയിലേക്കിരുന്ന് മുറുക്കാൻ പൊതിയഴിച്ചു, നുറുക്കിപൊടിച്ച പാക്കെടുത്ത് കൈവെള്ളയിലിട്ടൊന്നൂതി.

'അയ്യോ പാക്ക് തിന്നെല്ലെ, ദാ ഇത്തിരി തേയിലവെള്ളം'
അമ്മുക്കുട്ടിയമ്മ നീട്ടിയ തേയില വെള്ളം വാങ്ങി ഒരിറക്കിറക്കിയിട്ട് ചുറ്റുമൊന്നു കണ്ണോടിച്ചു. ആരുമില്ലെന്ന് ഉറപ്പാക്കിയിട്ട് പതുക്കെ പാറുക്കുട്ടിയമ്മ അമ്മുക്കുട്ടിയമ്മയോടു ചോദിച്ചു. വടക്കേതിലെ നാരായണന്റെ വല്ല വിവരവുമുണ്ടോ? എന്തൊരു പോക്കാ അവൻ പോയത്. മാസം അഞ്ചാറായില്ലേ പിള്ളാരെയും പിറിങ്ങിണിയെയും ഇട്ടിട്ട് പോയിട്ട്. തേയിലവെള്ളം കുടിച്ചുതീർത്തിട്ട് പാക്കും വെറ്റയും വായിലിട്ട് ചവച്ചിട്ട് നീട്ടിയൊരു തുപ്പ്, എന്നിട്ട് പാറുക്കുട്ടിയമ്മ തുടർന്നു.

'അമ്മുക്കുട്ടി നീ ആരോടും പറയാൻ നിൽക്കണ്ടാ ഞാനറിഞ്ഞൊരു കാര്യമാ നാരായണന് മദിരാശിയിൽ ഒരു കെട്ടിയവളുണ്ടെന്നാ കേൾവി. പണ്ട് അവന് മദിരാശിയിൽ കമ്പനി ജോലി അല്ലായിരുന്നോ ആ വകയിൽ കെട്ടിക്കാറായ ഒരു കൊച്ചുണ്ടെന്നാ അറിവ്, അല്ലാ അത് സത്യമായിരിക്കും അല്ലേ പിന്നെ നാരായണൻ പോയിട്ട് കുറെ മാസമായില്ലേ എഴുത്തും കുത്തുമൊന്നുമില്ലെന്നാ പറേണത്. അതോ വല്ല അബദ്ധവും ചെയ്തോ, അല്ലേലാരാ ആ മൂധേവീടെ കൂടെ നിൽക്കുന്നത്. എത്ര കാലമെന്നാ സഹിക്കുന്നത്. ആർക്കറിയാം പാറുക്കുട്ടിയമ്മ പറഞ്ഞു'.

'ഞാൻ അടുപ്പത്തൊന്നു നോക്കിയിട്ടു വരാം' എന്നു പറഞ്ഞ് അമ്മുക്കുട്ടിയമ്മ അടുക്കളയിലേക്കു പോയി.

'അല്ലേ...യിതാരാ പാറുവമ്മയോ പുതിയ നാട്ടുവർത്തമാനവുമായി ഇറങ്ങിയതാണോ'?

കുട്ടയുംമുറവുമായിവന്ന പാപ്പിയമ്മ ഒന്നു തമാശമട്ടിൽ ചോദിച്ചതേയുള്ളു.

'ഭഭാ' നീട്ടിയൊരാട്ടായിരുന്നു.

'വന്നിരിക്കുന്നു കൊണവതിയാരം പറയാത്ത ഒരു പൊലയാടി, ഒരു പരിച്ചുദ്ധ, വല്ലതും അറിയണേ നീ കൂടി കൂടിക്കോ' എന്നു പറഞ്ഞ് പാറുവമ്മ ഒന്ന് നൂന്ന് നിവർന്നിരുന്നു.

പതിയെ പാപ്പിയമ്മയും കൊട്ടയും മുറവും താഴെ വച്ച് പാറുവമ്മയ്ക്കരികിൽ തിണ്ണയരികിൽ വന്നിരുന്നു.

പാറുവമ്മ മുറുക്കാൻ പൊതി പാപ്പിയമ്മയ്ക്കരികിലേക്കു നീക്കിവെച്ചു പറഞ്ഞു. 'ചക്കാത്തിനൊന്നു ചവച്ചോ, പാട്ടത്തിൽ കിഴക്കേ അറ്റത്തെ മൂലക്കടേലെ നാരായണന്റെ മാടത്തേലെ അരിഞ്ഞു കൂട്ടിയ പൊയിലാ'

'അയ്യോ എനിക്കു ചക്കാത്തൊന്നും വേണ്ടായോ, എന്റെ കൈയിരിപ്പുണ്ടേ ഒന്നു ചവയ്ക്കാനുള്ളത്. ചെറിയൊരു നീരസം ഭാവിച്ച് പാപ്പിയമ്മ പറഞ്ഞു'.

'ടീ ഞാൻ ചുമ്മാതെ പറഞ്ഞതല്ലേ, നീയിതെടുത്ത് മുറുക്ക്. കൈയിലുള്ളത് അവിടിരിക്കട്ടെ'

പാറുവമ്മ പറഞ്ഞു' എടീ പാപ്പി നിന്റെ മൂത്ത ചെറുക്കന് പണി വല്ലതും ആയോ? അവന് എന്നെ ഭയങ്കര കാര്യമാ. കാണുമ്പോൾ പാറുവമ്മോ എന്നൊരുവിളിയുണ്ട്'

'ഓ രണ്ടാളുമെത്തിയോ, കാണുമ്പോൾ കീരീയും പാമ്പും പോലാ ഒരു ചീറ്റലും ചാട്ടവും. കഥക്കെട്ടഴിച്ചു തുടങ്ങിയാൽ പെട്ടെന്നു കൂട്ടുകാരാകും', അമ്മുക്കുട്ടിയമ്മ പുറത്തേക്കു വന്നു പറഞ്ഞു.

'അമ്മുക്കുഞ്ഞെ ഇത്തിരി കഞ്ഞീടെ തെളിനീരിത്തിരിതാ വല്ലാത്തൊരു ദാഹം' പാപ്പിയമ്മ ആവശ്യപ്പെട്ടു

അമ്മുക്കുട്ടിയമ്മ അടുക്കളയിൽ നിന്നും രണ്ടാൾക്കും രണ്ടു പ്ലേറ്റിൽ കഞ്ഞിയും ചമ്മന്തിയുമായി വന്നു. രണ്ടു പേരും അത് നിരസിച്ചില്ല. അവരുടെ ആവശ്യം അമ്മുക്കുട്ടിയമ്മയ്ക്ക് നന്നായി അറിയാം കഞ്ഞികുടിക്കുന്നതിന്റെ ഇടയിലും അവിടെയും ഇവിടെയും ഉള്ള പരദൂഷണങ്ങൾ രണ്ടു പേരും പരസ്പരം കൈമാറി. എന്തിന് കൊടുത്ത കഞ്ഞി കുടിച്ചോണ്ട് രഹസ്യമായി അമ്മുക്കുട്ടിയമ്മയുടെ മകൾ ആതിരക്കൊച്ചിന്റെ കാര്യം കൂടി പാറുവമ്മ പറഞ്ഞൊപ്പിച്ചു.

'കുഞ്ഞേ എന്നാ ഞാനിറങ്ങുവാ മാടശ്ശേരിൽ കുട്ടയും മുറവും കൊടുക്കണം. കൊയ്ത്തല്ലേ വരുന്നത്'

പാപ്പിയമ്മ കൊട്ടയും മുറവുമെടുത്ത് പടിഞ്ഞാറോട്ടു നടന്നു.

'ചെല്ല് ചെല്ല് ഇനി അവിടങ്ങളിലെ വിശേഷങ്ങൾ തിരക്ക്, അന്തിക്ക് മുന്നങ്ങ് വീടെത്തണേ'. പാറുകുട്ടിയമ്മ പാപ്പിയമ്മയെ കളിയാക്കി

'പോതള്ളെ' എന്നു പറഞ്ഞ് പാപ്പിയമ്മ നടന്നകന്നു

'അമ്മുക്കുട്ടിയേ ഞാനും ഇറങ്ങുവാ'

'പാറുവമ്മേ ഉണ്ടിട്ടു പോകാം'അമ്മുക്കുട്ടിയമ്മ വിളിച്ചു പറഞ്ഞു

'വേണ്ട കൊച്ചേ ഇനി അത്താഴമേയുള്ളൂ. ഇപ്പൊ കഞ്ഞി കുടിച്ചതല്ലേയുള്ളൂ. ദിവാകരനെ ഞാൻ തിരക്കിയതായി പറേണേ'

ഒന്നുനിക്കണേ എന്നു പറഞ്ഞ് അമ്മുക്കുട്ടിയമ്മ തിണ്ണയിലേക്കോടിയെത്തി.

'ഇന്നാ ഇതു വച്ചോ വെറ്റേം പാക്കും വാങ്ങാം' പാറുക്കുട്ടിയമ്മയുടെ കൈയിലേക്ക് മഞ്ഞളിന്റേയും ജീരകത്തിന്റേയും മണമുള്ള അഞ്ചു രൂപാ നോട്ടുവെച്ചു കൊടുത്തു. വേണ്ട എന്നു പറഞ്ഞെങ്കിലും അതു വാങ്ങി ഇനി അടുത്താഴ്ച വരാമെന്നു പറഞ്ഞ് നടന്ന് മറയുന്നതും നോക്കി പുതിയകഥകൾ കേൾക്കുവാനായി അമ്മുക്കുട്ടിയമ്മ കാത്തിരുന്നു.

ഇരുപത്തിരണ്ട്

ചിറകൊടിഞ്ഞ മോഹങ്ങൾ

'ഉണ്ണിക്കുട്ടാ നീ എന്തുവാ ഇങ്ങനെ നോക്കിയിരിക്കുന്നത്'

മുത്തശ്ശി ചോദിക്കുന്നതൊന്നും കേൾക്കാതെ ഉണ്ണിക്കുട്ടൻ മറ്റേതോ ലോകത്തായിരുന്നു അപ്പോൾ ! 'എടാ നിന്നോടാ ചോദിച്ചത്' മുത്തശ്ശി ഇത്തിരി ദേഷ്യത്തോടെ വീണ്ടും ചോദിച്ചു. അപ്പോഴും ഉണ്ണിക്കുട്ടൻ കസേരയിൽ താടിക്കു കൈയും കൊടുത്ത് ഷെഡിന്റെ മൂലയിൽ കൂട്ടിയിട്ടിരുന്ന കുറെ പഴയ സാധനങ്ങളുടെ കൂട്ടത്തിൽ ചിറകൊടിഞ്ഞ്, പൊകാറപിടിച്ച് തകർന്നു കിടക്കുന്ന ഒരു കളി വിമാനം നോക്കി എന്തൊക്കയോ ഓർത്തുകൊണ്ടിരുന്നു.

ബന്ധത്തിലെ ഒരു മാമൻ സൗദിയിൽ നിന്നും കൊണ്ടുവന്നു തന്ന, റിമോട്ട് കൺട്രോളിൽ വിരലമർത്തിയാൽ തലങ്ങും വിലങ്ങും പായുന്ന ഒരു കളി വിമാനം. തനിക്കാകെക്കിട്ടിയ ഒരേയൊരു ഫോറിൻ സമ്മാനം. അതും കൊണ്ട് എത്ര പ്രാവശ്യം കളിച്ചെന്നോർമ്മയില്ല. എടുക്കുമ്പോഴൊക്കെ അച്ഛനും അമ്മയും പറയും എത്ര വില കൊടുത്ത് വാങ്ങിക്കൊണ്ടു വന്നതാ. നശിപ്പിക്കില്ലെ ഉണ്ണിക്കുട്ടാ. എന്നിട്ട് പെട്ടെന്നു തന്നെ അവരാരെങ്കിലും വന്നതെടുത്ത് മാറ്റിവയ്ക്കും. അല്ലേ ചിലപ്പോൾ പറയും നമുക്ക് വീടുവയ്ക്കുമ്പോൾ ഷോക്കെയ്സിൽ വയ്ക്കാം നല്ല രസമായിരിക്കുമെന്ന്. അപ്പോഴെല്ലാം തെല്ലു ദു:ഖത്തോടെ വിമാനം തിരികെ കൊടുക്കും. ഈ അടുത്ത കാലം വരെയും സൗദിയിലെ മാമൻ വീട്ടിൽ വരുമ്പോഴൊക്കെ 'പറയും നിനക്ക് ഞാൻ പണ്ടൊരു വിമാനം കൊണ്ടു തന്നിരുന്നു ഇന്ത്യൻ മണി എത്രയാണെന്നറിയാമോ. ആയി

രത്തി അഞ്ഞൂറ് രൂപ'. ആയിരത്തിയഞ്ഞൂറ് എന്നു കേൾക്കുമ്പോഴൊക്കെ അച്ഛനും അമ്മയും വാപൊളിച്ചു നിൽക്കും. മാമൻ തിരികെ പോകാൻ തുടങ്ങുമ്പോൾ പതിവുതെറ്റിക്കാതെ കോഴിക്കൂട്ടിൽ നിന്നും ഏതെങ്കിലുമൊരു പൂവൻകോഴി അറിയാതൊന്നു കൂവിപ്പോകും. അങ്ങനെ കൂവിപ്പോയ എത്രയോ കോഴികൾ... അതിനുമാത്രം അമ്മയും അച്ഛനും ഇതുവരെ യാതൊരു വിലയും വെച്ചിട്ടില്ല. ആ മാമന്റെ ആയിരത്തിയഞ്ഞൂറു രൂപയാ അവിടെ ചിറകൊടിഞ്ഞു കിടക്കുന്നത്. അതെടുക്കുമ്പോഴേ പറയും അതിന്റെ ബാറ്ററി തീരും, റിമോട്ട് കേടാകും എന്നൊക്കെ. അപ്പുറത്തെ അലക്സിന്റെ അച്ഛൻ നാട്ടിലെ ഡ്യൂട്ടി പെയ്ഡ് ഷോപ്പിൽ നിന്നും വാങ്ങിയ കൊന്നത്തെങ്ങിന്റെ ഉയര ത്തിൽ പറക്കുന്ന ഹെലികോപ്റ്ററിന് വെറും ആയിരം രൂപ, തറയിലോ ടുന്ന ഗൾഫ് വിമാനത്തിന് ആയിരത്തിയഞ്ഞൂറ് രൂപ.

അച്ഛനു കുടുംബ ഓഹരി ലഭിച്ച വസ്തുവിൽ ഒരു ഷെഡ് കെട്ടി താമസമായപ്പോൾ തങ്ങളുടേതായ എല്ലാ സാധനങ്ങളും കെട്ടിപ്പെറുക്കി പുതിയ വീടിന്റെ തട്ടിൻപുറത്താക്കി. കൂട്ടത്തിൽ കുറെ കളിപ്പാട്ടങ്ങളും, അന്നൊക്കെ കളിപ്പാട്ടം ചോദിക്കുമ്പോൾ പറയും ഒരു ദിവസം കളിപ്പാട്ടങ്ങളൊക്കെയെടുത്തു തരാമെന്ന്. പറഞ്ഞു പറഞ്ഞ് പത്ത് പതിനേഴു വർഷം കഴിഞ്ഞു. ഇപ്പൊഴാ കോൺക്രീറ്റു ചെയ്ത ഷോക്കെയ്സുള്ള ഒരു വീടുവച്ചത്. പുതിയവീട്ടിൽ താമസം തുടങ്ങിയപ്പോഴാണ് പഴയ ഷെഡ് പൊളിച്ച കൂട്ടത്തിൽ തന്റെ കളിപ്പാട്ടങ്ങളും ഷോക്കെയ്സ് അലങ്കരിക്കാൻ വെച്ചിരുന്ന വിമാനം രണ്ടുചിറകും ഒടിഞ്ഞു തൂങ്ങിക്കിടക്കുന്ന പരുവത്തിലും കണ്ടത്. അതുകണ്ടിട്ട് ഒരുദിവസം അമ്മ അച്ഛനോടു പറയുന്ന കേട്ടു, 'കഷ്ടം കൊച്ചനെത്ര പ്രാവശ്യം ചോദിച്ചതാ അന്നൊക്കെ, അതൊന്നെടുത്തു കൊടുക്കാൻ. എങ്കിലതു കളിച്ചു കേടായതാണെന്നു കരുതാമായിരുന്നു'. അതുകേട്ട് അച്ഛൻ അതിന്റെ ചിറകിൽ തൂക്കി പിടിച്ച് ഷെഡിന്റെ മൂലയിൽ കൊണ്ടിട്ടു. എന്തിനാണെന്നറിഞ്ഞില്ല; ചിലപ്പോൾ ഗൾഫിലെ മാമൻ വരുമ്പോൾ കാണിക്കാനായിരിക്കും. പെട്ടെന്ന് ആകാശത്ത് ഒരു കുഞ്ഞുവരയിട്ട് ഒരു ജറ്റ് വിമാനം നിശബ്ദം പോകുന്നതും ആ കൊച്ചുവര വലുതായി വലുതായി വിവിധരൂപം പൂണ്ട് വെള്ളിമേഘത്തിലലിഞ്ഞ് ഇല്ലാതാകുന്നിടത്തേക്ക് ചിറകൊടിഞ്ഞ തന്റെ വിമാനം പറന്നടുക്കുന്നതുപോലെ ഉണ്ണിക്കുട്ടനു തോന്നി.

ഇരുപത്തിമൂന്ന്

ഭ്രാന്തൻ നാരായണേട്ടൻ

തിരിഞ്ഞു തിരിഞ്ഞു നോക്കി നടക്കുന്നതിനിടയ്ക്കൊക്കെ ആരെയൊക്കയോ ചീത്ത വിളിച്ച് നടന്നകലുന്ന ഭ്രാന്തൻ നാരായണൻ നാട്ടുകാർക്ക് നാരായണേട്ടനാണ്. നാരായണേട്ട എന്നു വിളിച്ചാൽ സ്നേഹത്തോടെ തിരിഞ്ഞു നിന്ന് മുൻ വശത്തെ കൊഴിഞ്ഞ പല്ലുക ളുടെ വിടവുകാട്ടി ചിരിക്കും, എന്നിട്ട് തലചൊറിഞ്ഞു നിന്നിട്ട് ചില പ്പോൾ ഒരു രൂപാ ചോദിക്കും, ആ ഒരു രൂപയിൽ കൂടുതൽ ആരോടും ചോദിക്കത്തുമില്ല. ചിലപ്പോഴൊക്കൊ കാണുമ്പോൾ ഒരു വല്ലത്തിൽ പോച്ച പറിച്ചു കൊണ്ടു പോകുന്നതു കാണാം. ഏതെങ്കിലും പശുവുള്ള വീടുകളിൽ കൊണ്ടു കൊടുക്കും അവിടുന്നൊക്കെ അന്നേരത്തെ ആഹാരവും ചില്ലറ പൈസയും കൊടുക്കും. നേരം പുലരുമ്പോഴേ എവിടെ നിന്നെങ്കിലും എത്തും. പതിവുപോലെ തെക്കു നിന്നും വട ക്കോട്ട് എന്തൊക്കയോ പാട്ടും പാടി വടിയും റോഡിലിട്ടടിച്ച് നടന്ന കലും. ചില കുട്ടികളും, മുതിർന്നവരും ഇടയ്ക്ക് നാരായണേട്ടനെ നോക്കി എന്തൊക്കയോ വിളിച്ച് കളിയാക്കും. അതു കേട്ട് 'താ.....യും മാ.... യും പൂ .... ഉം ചേർത്ത് തെറിപ്പാട്ടുകൾ തുടങ്ങും. അവരെ വടിയോങ്ങി അടിക്കാൻ ഓടിക്കും . ഇങ്ങനൊക്കെയാണെങ്കിലും ഒരു ദിവസം അല്ലെങ്കിൽ ഒരു നേരം നാരായണേട്ടനെ കണ്ടില്ലെങ്കിൽ ഓരോരുത്തരും പരസ്പരം തിരക്കും. ഇന്ന് നാരായണേട്ടനെ കണ്ടി ല്ലല്ലോ. എന്തു പറ്റി വല്ല വയ്യാഴികേയും പിടിപെട്ടോ അതോ?

അങ്ങ് തെക്ക് ലേശം ദൂരെയാ വീടെന്നും വീട്ടിൽ ആരൊക്ക

യോ ബന്ധുക്കളുണ്ടെന്നും ഉണക്കമീൻ വിൽക്കാൻ വരുന്ന മന്തൻ മുതലാളി ഒരിക്കൽ നാരായണേട്ടനെ കണ്ടപ്പോൾ പറഞ്ഞു. കാലങ്ങൾ ഏറെ കഴിഞ്ഞിട്ടും നാരായണേട്ടൻ ഒരു മാറ്റവുമില്ലാതെ തെക്കു നിന്നും വടക്കോട്ടും വടക്കുനിന്നു തെക്കോട്ടും യാത്ര തുടർന്നു. എന്നാൽ കുറെക്കാലമായി ആളെ കാണാതായിട്ട്. ചിലരൊക്കെ പറഞ്ഞു വീട്ടുകാരു കൂട്ടിക്കൊണ്ടുപോയി പൂട്ടിയിട്ടെന്നും, അല്ല ഏതോ അപകട ത്തിൽ പരിക്കുപറ്റി ആശുപത്രിയിലാണെന്നും. നാടിന്റെ സ്വന്തം ഭ്രാന്തൻ നാരായണേട്ടനെ മറന്നുപോകാൻ മനസ്സില്ലാതെ നാട്ടുകാർ നാരായണേട്ടൻ എവിടെയോ സുഖമായി ജീവിച്ചിരിക്കുന്നു എന്ന് വിശ്വ സിക്കാൻ ശീലിച്ചു. അക്കാലങ്ങളിലൊക്കെ അക്കച്ചിയേ എന്നു ആരോ വീട്ടുപടിക്കൽ വന്ന് വിളിക്കുന്നതായി പലരും കേൾക്കുന്നതായി പറയു ന്നുമുണ്ട്.

ഇരുപത്തിനാല്

ജീവിതോത്സവം

അടുത്ത ഒരു ബെല്ലോടുകൂടി നാടകം തുടങ്ങുകയാണ്. കർട്ടന് മുന്നിലെ പ്രകാശമേറിയ വലിയ ബൾബ് പതുക്കെ പതുക്കെ അണഞ്ഞു പ്രകാശമില്ലാതായിക്കൊണ്ടിരുന്നു. അതു കണ്ട് പരിസരത്ത് ചിരി തൂകി നിന്നിരുന്ന ട്യൂബ് ലൈറ്റുകളും ചിരിനിർത്തി ശ്വാസമടക്കിപ്പിടിച്ചു നിന്നു. കപ്പലണ്ടിക്കച്ചവടക്കാരന്റെ വറചട്ടിയിലെ ചട്ടുകത്തിന്റെ കൊട്ടുകൊണ്ട് ചീനിച്ചട്ടി അപ്പോഴും നിലവിളിച്ചു. ഇതൊക്കെ ചിങ്ങനിലാവിലും, വൃശ്ചിക ക്കുളിരിലും, മകരമഞ്ഞിലും ആസ്വദിച്ച എത്രയോ രാവുകൾ. ചിങ്ങമാസ മായാൽ പിന്നെ അഷ്ടമിരോഹിണിക്കുള്ള കാത്തിരിപ്പാണ്. അന്ന് അമ്പല ത്തിൽ ഒരു നാടകം പതിവാണ്. നാടകം മിക്കപ്പോഴും രാത്രി പന്ത്രണ്ട് ഒരുമണി വരെ കാണും. പിന്നീട് അടുത്ത ഉത്സവം മഹാദേവ ക്ഷേത്രത്തി ലാണ്. വൃശ്ചികമാസത്തിലായിരിക്കും കൊടിയേറ്റം, ഡിസംബറിലെ കുളിരിൽ അങ്ങനെ തലയിൽ ഒരുതോർത്തുപുതച്ച് കൈലിയിൽ മണ്ണ് പറ്റാതിരിക്കാൻ ഊരിയിട്ട പാരഗൺ ചെരിപ്പിന്റെ പുറത്ത് ആകാംക്ഷ യോടെ ഘനഗംഭീര്യമുള്ള ശബ്ദത്തോടെയുള്ള സംവിധായകന്റെ അല്ലെ ങ്കിൽ സൂത്രധാരന്റെ ശബ്ദത്തിനായി കാത്തിരിക്കൽ. ഉത്സവപ്പറമ്പിലെ ത്തിയാൽ ആദ്യം റോഡിൽ നാടക വണ്ടിയെത്തിയോ എന്ന് ഉറപ്പാക്കും പിന്നെ ചുറ്റിത്തിരിഞ്ഞ് കറങ്ങി സ്റ്റേജിന്റെ പിന്നാമ്പുറത്തൊരു കറക്കം. സ്റ്റേജിൽ കാണുന്നതിനു മുന്നേ നടീനടന്മാരെ കാണാനുള്ള ഒരു കൊതി. അല്ലാതെ എന്തു പറയാനാ. മുഖത്തു ചായം തേച്ച് വലിയ ജാഡയിൽ കഥാപാത്രങ്ങളെ ആവാഹിച്ചെന്നോണം അങ്ങോട്ടു മിങ്ങോട്ടുമുലാത്തുന്ന ആർട്ടിസ്റ്റുകളുടെ ഒരു പൊങ്ങച്ചം. പിന്നെ സ്റ്റേജിന്റെ മൂലയിൽ രംഗങ്ങൾ ക്കൊപ്പം കളർ വീഴ്ത്തുന്ന കളർമാൻ, രംഗപടമൊരുക്കുന്നവർ. നാടകം

തുടങ്ങുന്നതിനു മുന്നെ ഇതൊക്കെ കണ്ട് സ്റ്റേജിന് സമീപം തന്നെ ഇരിപ്പടമൊരുക്കിയൊരു കാത്തിരിപ്പാണ്. അടുത്ത ബെല്ലോടുകൂടി എന്നു കേൾക്കുമ്പോൾ ഉയരുന്ന കൂവലുകൾ, ആൾക്കൂട്ടത്തിന്റെ ഇടയിലൂടെ മാറത്ത് ഒതുക്കിപ്പിടിച്ച പാത്രത്തിൽ ഇഞ്ചിമുട്ടായിയുമായി സായിപ്പിന്റെ വെളുപ്പുള്ള മുട്ടായി കച്ചവടക്കാരൻ, കാപ്പി കാപ്പി എന്നു വിളിച്ചു വരുന്ന കാപ്പിക്കാരന്റെ പുറത്ത് പതിയുന്ന ചെറിയ കല്ലുകൾ, പുകവലി പാടില്ല എന്ന പരസ്യം നാടകത്തിന് ഇല്ലാത്തതുകൊണ്ട് ഉയർന്നൊഴുകി പരക്കുന്ന ബീഡിമണം, ഇടയ്ക്കൊക്കെ മുകളിലേക്കുയരുന്ന വൃത്താകൃതിയിലുള്ള ബീഡി പുകകണ്ട് ആശ്ചര്യത്തോടെ മുകളിലേക്കു നോക്കി ബീഡിവലിക്കുന്നവരെ ആരാധിക്കുന്ന വരുംതലമുറയിലെ വലിക്കാരാകാൻ മനസ്സുകൊണ്ടാഗ്രഹിക്കുന്ന യുവതലമുറ. ഇരിക്കുന്നിടം തുപ്പി വൃത്തികേടാകുന്ന മുറുക്കാൻ പ്രേമികൾ, ഇടയ്ക്കെവിടുന്നോ ഒഴുകിയെത്തുന്ന ചാരായത്തിന്റെ മണം. അത് മണത്ത് അടുത്തിരിക്കുന്ന മാന്യന്മാരെ സംശയിക്കുന്ന ചേച്ചിയമ്മച്ചിമാർ, പുലർച്ചെ പെട്ടെന്ന് ആകാശത്തിലൂടെ ഓടി കത്തിത്തീരുന്ന കൊള്ളി മീനുകൾ. ഓ എന്തൊന്തൊരുത്സവ കാഴ്ച. ഇതെല്ലാം കണ്ട് മൂകസാക്ഷിയായി അസ്തമിക്കാൻ കാത്തിരിക്കുന്ന അമ്പിളിമാമനും. നാടകം കണ്ട് വീട്ടിലെത്തുമ്പൊഴേക്കും നേരം പുലർന്നു തുടങ്ങും. തണുപ്പിൽ നിന്നു രക്ഷനേടാനായി തേക്കിലയും കരീലയും കൂട്ടിയിട്ട് കത്തിച്ചൊരു തീകായൽ. അപ്പോഴേക്കും പള്ളിയിൽ കരോളുപാട്ടും ഡ്രമ്മ് കൊട്ടിപ്പടിക്കാനും പോയിട്ടു വരുന്ന അച്ചായൻസ് കൂട്ടുകാർ രണ്ടു കൈയും നീട്ടി തീയുടെ അടുത്തേക്കോടിയെത്തും. അടുത്തപറമ്പിൽ നിൽക്കുന്ന ചീനിയുടെ ചുവട്ടിൽ നിന്നും ആരുമറിയാതെ ഒരു കിഴങ്ങ് പൊട്ടിച്ച് കൊച്ചുവെളുപ്പാൻ കാലത്ത് ചുട്ടു തിന്നും. പിന്നങ്ങോട്ടു ഉത്സവത്തിന്റെ ബഹളം തന്നെ. പതിമൂന്ന് ദിവസത്തെ കരയാകെ ഉണരുന്ന ഉത്സവം തുടങ്ങുന്നത് മിക്കപ്പൊഴും ആണ്ടുപരീക്ഷാദിനങ്ങളിൽ. ദിവസവും ഒന്നും രണ്ടും പരിപാടികൾ, നാടകം, ഡാൻസ്, ഗാനമേള.

ജീവിതോത്സവം അരങ്ങിൽ ആടിത്തിമിർക്കാൻ ഗ്രീൻറൂമിൽ തങ്ങളുടെ ഊഴവും കാത്ത് ചായമിട്ട മുഖങ്ങളുമായി സ്വയം കഥാപാത്രങ്ങളായി വേഷപ്പകർച്ച നടത്തി കാത്തിരിക്കുന്ന കലാകാരന്മാർ. പതിയെ കർട്ടനുയരുകയായി, ആ കഥാപാത്രങ്ങളിലൊരാളായി ജനിച്ചു ജീവിക്കുന്ന കാണികൾക്കായി അരങ്ങ് ഉണരുകയാണ് അന്ത്യയാമങ്ങളുടെ ആഴങ്ങളിൽ.

ഇരുപത്തിയഞ്ച്

വാഴുന്നോൻ

'വീട്ടുകാരേ... ഓയ്.....ഇവിടാരുമില്ലേ...'
വീട്ടുപടിക്കലെത്തി വിളിച്ച് നാലുവശത്തും നടക്കുന്ന പലിശ പിള്ളേച്ചൻ. മുറുക്കാൻ തുപ്പല് വായിലിട്ട് ഓളം തല്ലിച്ച് വന്നു നിൽക്കുന്നിടമാകെ പറന്നകലുന്ന ഞാറപക്ഷി കാഷ്ഠിക്കുന്നതുപോലെ തുപ്പി വൃത്തി കേടാക്കുന്ന പലിശപിള്ളയെ കണ്ടാൽ പലരും ദുർഭൂതത്തെ കാണുന്ന പോലെ പുരയ്ക്കകത്തു കയറി ഒളിക്കും. കാരണം നാട്ടിലുള്ളവരൊക്കയും പിള്ളയുടെ പറ്റുകാരാണ്. നാട്ടിലെ പേരുകേട്ട പലിശക്കാരൻ, വെളുപ്പിനെ നാലു മണി തൊട്ട് ഏഴെട്ടു മണി വരെ കറവക്കാരൻ. അടുത്ത താലൂക്കു വരെ നീണ്ടു കിടക്കുന്ന കറവ സാമ്രാജ്യത്തിലെ മുടിചൂടാമന്നൻ, അന്തി മയങ്ങിത്തുടങ്ങിയാൽ പുഴക്കരയിലെ ഷാപ്പിലെ കണക്കപ്പിള്ള എന്നിങ്ങനെ നിരവധി വേഷങ്ങൾ ഒറ്റയ്ക്ക് അണിഞ്ഞാടുന്ന രുദ്രൻപിള്ള. പശുക്കറവ യ്ക്ക് കൈയില്ലാത്ത ബനിയനും, കള്ളി മുണ്ടുമുടുത്ത് തലയിൽ ഒരു വട്ടക്കെട്ടും കെട്ടി ചെയിൻ പെട്ടിയിൽ ചെയിൻ ഉരഞ്ഞ് കരഞ്ഞു കൂവുന്ന പഴയ റാലി സൈക്കിളിൽ പുലർച്ചെ കറവക്കിറങ്ങും. കറവ തീർന്നെത്തി കുളിച്ച് കരയുള്ള മുണ്ടും ജുബ്ബായും സ്വർണ്ണമാലയും തുകൽ ചെരുപ്പും ധരിച്ച് വീടുവീടാന്തരം കടം കൊടുത്ത പൈസായുടെ മുതലും പലിശയും പിരിക്കാനിറങ്ങും. ഒരു വിട്ടുവീഴ്ചയ്ക്കും തയ്യാറാകാത്ത കഴുത്തറപ്പൻ പലിശക്കാരൻ. പലിശ കൊടുത്തില്ലെങ്കിൽ അപ്പോൾ കണ്ണിക്കാണുന്ന എന്തു വസ്തുവാണോ അതെടുത്തു കൊണ്ടു പോകുന്നതാണ് പതിവ് അതുകൊണ്ട് മൊതലോ പലിശയോ കൊടുക്കാനുള്ളവർ ആ ദിവസ ങ്ങളിൽ പരിയമ്പുറത്ത് ഒന്നും തന്നെ വയ്ക്കാറില്ല. ചില ദിവസങ്ങളിൽ

കൈയിൽ ഒരു കോഴിയോ, താറാവോ ചിലപ്പോൾ പഴുക്കാറായ ഒരു വാഴക്കുലയോ കാണാം. മറ്റു ചിലപ്പോൾ ഒരു ആടോ, പശുക്കിടാവോ കാണും. കൊടുക്കുന്ന കാശിന് സ്റ്റാമ്പൊട്ടിച്ച വെള്ള പേപ്പറിൽ പേരെഴുതി ഒപ്പിട്ടു വാങ്ങുന്നത് കൊണ്ട് ഈ കടുംകൈയ്ക്ക് ആരും പരാതി പറയാൻ പോകില്ല. സാധനം വിറ്റു കിട്ടുന്ന തുകയിൽ തന്റെ മുതലും പലിശയും കഴിഞ്ഞ് ബാക്കിയുള്ള തുക പിറ്റേ ദിവസം തന്നെ അതാതു വീട്ടുകാർക്ക് തിരിച്ചു കൊടുക്കും. അതാ രുദ്രൻ പിള്ള, പിന്നെ അന്തിക്ക് പുഴക്കരഷാപ്പിലെ കണക്കപ്പിള്ളയും പിള്ളേച്ചനാണ്. ഷാപ്പിൽ കണക്കപ്പിള്ളയായതിലും ഒരു കഥയുണ്ട്. വറീതു മുതലാളിയുടെ ഷാപ്പായിരുന്നു പുഴക്കക്കര ഷാപ്പ്. എന്തോ ആവശ്യത്തിന് വറീതു മുതലാളി വലിയൊരു തുക പലിശയ്ക്കു വാങ്ങി, അന്നുതൊട്ട് വൈകിട്ട് ഷാപ്പിലെത്തി പലിശപ്പിള്ള മുടങ്ങാതെ പലിശ വാങ്ങിത്തുടങ്ങി, കൂടാതെ ഷാപ്പിലെ സ്ഥിരം കുടിയന്മാർക്ക് അവരുടെ കടം തീർക്കാതെ കുടിക്കാൻ കള്ളുകൊടുക്കില്ലായിരുന്നു വറീതു മുതലാളി. അതു മനസ്സിലാക്കി അങ്ങനെയുള്ള കടക്കാർക്ക് കള്ളുകുടിക്കാനുള്ള രൂപാ ദിവസപലിശയ്ക്ക് കടം കൊടുക്കാമെന്നു കണ്ടെത്തിയ പിള്ളേച്ചൻ അന്തിതൊട്ട് ഷാപ്പിലെ സന്ദർശകനായി. പിള്ളാച്ചന്റെ വരവോടടെ കള്ള് കടവും പോകുന്നില്ല ഷാപ്പിലെ കച്ചവടം പൊടിപൊടിക്കുന്നുമുണ്ട്. താമസിയാതെ വറീതുമുതലാളി മേശയുടെ താക്കോൽ പിള്ളേച്ചനെ അങ്ങ് ഏൽപ്പിച്ചു. അങ്ങനെ പലിശപ്പിള്ള കണക്കപ്പിള്ളയുമായി. അങ്ങനെ ഒരു നാൾ ഷാപ്പിൽ വച്ചുണ്ടായ ഒരു വാക്കുതർക്കത്തിൽ പിള്ളചേട്ടന്റെ പള്ളക്ക് ഒരുപാണ്ടി താറാവുകാരൻ കുത്തി. കുത്തു കൊണ്ട പിള്ളേച്ചൻ കത്തിയൂരി തിരിച്ചു കുത്തി. ആരുടെയോ ഭാഗ്യം കൊണ്ടാണന്നറിയില്ല കുത്തുകൊണ്ട പിള്ളച്ചേട്ടൻ വലിയ കുഴപ്പമില്ലാതെ ഒന്നുരണ്ടാഴ്ചകൊണ്ട് രക്ഷപെട്ടു. ആ രാത്രിയോടെ പിള്ളച്ചേട്ടനെ കുത്തിയ പാണ്ടിയും നാടുവിട്ടു.

ആ സംഭവത്തോടെ തന്റെ കൈക്കാശുകൊടുത്തിട്ട് നാട്ടുകാരുടെ കുത്തുവാങ്ങിക്കേണ്ട ആവശ്യം തനിക്കില്ലെന്നും പറഞ്ഞ് പലിശക്ക് പണം കൊടുക്കുന്ന പരിപാടിയും ക്ഷാപ്പുദ്യോഗവും പിള്ളേച്ചൻ നിർത്തി. തൊഴുത്തിൽ മൂന്നാലു കറവപ്പശുക്കളെ കൂടി വാങ്ങിക്കെട്ടി രുദ്രൻപിള്ള നാട്ടിലെ വാഴുന്നോനു സമാനം സസുഖം കഴിഞ്ഞുപോരുന്നു.

ഇരുപത്തിയാറ്

പുരവഞ്ചി ഒരു കളിവഞ്ചി

വള്ളം പണിക്കാരൻ ചന്ദ്രൻ ചേട്ടൻ തന്റെ പണി സാധനങ്ങളുമായി പുഞ്ചക്കടവിലേക്ക് അതിരാവിലെ തന്നെ എത്തി. കടവിലെ കുഞ്ഞുമോന ച്ചായന്റെ ചായക്കടയിൽ രാവിലെ നല്ല തിരക്കും. 'ഇന്ന് കെട്ടുവള്ളം വരുമാ യിരിക്കും, കഴിഞ്ഞാഴ്ച കച്ചിയും കയറ്റി പോയതല്ലേ?. വള്ളത്തിനു പണികാണുമായിരിക്കും. ഇനി കുറെ ദിവസത്തേക്ക് തട്ടലും മുട്ടലും കേൾ ക്കാം. കടവിലൊരാളനക്കവുമുണ്ടാകും' ചായയടിക്കിടയിൽ കുഞ്ഞുമോ നച്ചായൻ ആരോടൊക്കയോ പറഞ്ഞു'. ആ വാർത്തകേട്ട ചില ചെറു മന സ്സുകളിലും സന്തോഷമലതല്ലി. അപ്പോൾ കച്ചിയും തൊണ്ടും നെല്ലും കയറ്റി കുറെ കെട്ടുവള്ളങ്ങൾ വടക്കുനിന്നും തെക്കോട്ടേക്ക് നീങ്ങിക്കൊ ണ്ടിരുന്നു. പുഞ്ചകഴിഞ്ഞ് കായലിലൂടെയുള്ള യാത്രയായതുകൊണ്ട് ചിലപ്പോഴൊക്കെ പാമരവും കെട്ടിയാണ് വള്ളങ്ങളുടെ വരവ്. ചരിത്ര പുസ്തകത്തിൽ കണ്ട വാസ്ഗോഡഗാമയുടെ പായ്ക്കപ്പലുപോലെ.

ഉച്ചകഴിഞ്ഞപ്പൊഴേക്കും കടവിൽ കെട്ടുവള്ളം എത്തി. ഊന്നുകാർ ചില്ലറ സാധങ്ങളും കഴിക്കോലുമായി കിഴക്കോട്ട് നടന്നു. വള്ളത്തിന്റെ തലയാൾ പത്മാരച്ചൻ തോർത്ത് മടക്കി തോളത്തിട്ട് കാര്യക്കാരനായി അവർക്ക് മുന്നേയുണ്ട്. ഇനി കാര്യത്തിലേക്ക് കടക്കാം. ഇവിടുത്തെ ചില പൈതലാന്മാരുടെ കളിയരങ്ങാണ് ഈ വളവരവള്ളം. സാധങ്ങൾ കയറ്റിയി റക്കാൻ പോകുമ്പോൾ "വളപ്പുര" കരയിൽ വച്ചിട്ടു പോകും. വള്ളം കടവിൽ കൊണ്ടു കെട്ടിയിട്ടു കഴിഞ്ഞാൽ പിന്നെ സാറ്റുകളിയും പാത്തിരിപ്പും, ചൂണ്ടയിടീലും മറ്റും ഇതിനകത്തു തന്നെ. അമരത്ത് നിന്ന് ഒന്നായുമ്പോൾ

വള്ളം ചെറുതായി വെള്ളത്തിലേക്ക് ഒന്ന് താഴും തിരിച്ച് പൊങ്ങുന്ന സമയത്ത് അഭ്യാസികളെപ്പോലെ വെള്ളത്തിലേക്ക് തല കുത്തി ഒരു മറിച്ചിലാണ്. പിന്നെ അണിയത്തൂടെ അങ്ങോട്ടു മിങ്ങോട്ടും ഒരു നടത്തം. ചിലപ്പോൾ കാൽ വഴുതി വെള്ളത്തിലേക്കോ വള്ളത്തിലേക്കോ ഒരു വീഴ്ചയാണ്. ഇതിൽ പ്രധാനപ്പെട്ട ഒരു കാര്യമുണ്ട്. മിക്കപ്പൊഴും അമരത്തിന്റെ പടിക്കു താഴെ ഒരു മൺകുടം കാണും. അതിൽ മിക്കപ്പൊഴും "വള്ളക്കറി"കൾ ഉണ്ടാക്കാനായി ഉപ്പിട്ടു വെച്ചിരിക്കുന്ന വാളൻപുളിയും, തോട്ടുപുളിയും കാണാം. ഇതു കാണുന്നവർ പരസ്പരം പറയില്ല കാരണം എല്ലാവരുംകൂടിയെടുത്താൽ പെട്ടെന്നു തീർന്നു പോകില്ലേ. വിജയികളെ പോലെ തരം കിട്ടുമ്പോഴൊക്കെ ഓരോരുത്തരം പുളിയും ഉപ്പും അകത്താക്കും. ഒടുവിൽ അവസാനം കൈയിടുന്നവനറിയും തന്നെക്കൂടാതെ കൊതിയന്മാർ വേറെയുമുണ്ടന്ന്. അങ്ങനെ വള്ളം വന്നുകഴിഞ്ഞാൽപ്പിന്നെ, കേവുവള്ളം "കളിവള്ളമായി" മാറും. രാവിലെ പടിഞ്ഞാറെ കടവിൽ മൂന്നാലു ചെറുവള്ളങ്ങൾ കാണും. അവയെല്ലാം മീൻവല കുടയുന്ന തിരക്കിലായിരിക്കും. മീൻ കച്ചവടക്കാരും അവരുടെ ലേലം വിളിയും, കറി വയ്ക്കാനായി മീൻ വാങ്ങാൻ വരുന്നവരും എല്ലാം ചേർന്ന് അന്നാളുകളിൽ നല്ലൊരു കാഴ്ചകളായിരുന്നു പുഞ്ചക്കടവിൽ. ഇടയ്ക്ക് താറാവുകാർ കൊണ്ടു വരുന്ന, കഴുക്കോലിട്ട് ഊന്നാൻ ശരിക്കും ബാലൻസ് വേണ്ടുന്ന കൊതുമ്പുവള്ളം. അതെടുത്തു തുഴഞ്ഞ് വെള്ളത്തിൽ വീഴുന്നതും സങ്കടത്താൽ ഏറെ സന്തോഷമുള്ളൊരു കാഴ്ചയാണ്. അങ്ങനെ എത്രയോ നല്ല നാളുകൾ. വള്ളക്കഥകളിൽ വീമ്പു പറയുമ്പോഴും നാട്ടിൽ വഞ്ചിപ്പുരയെന്നും വള്ളപ്പുരയുമെന്നും പേരുള്ള വീടുകൾ ഇപ്പോഴും ഉണ്ടെന്നതോർക്കുമ്പോൾ അതിലേറെ സന്തോഷം.

ഇരുപത്തിയേഴ്

മൈഡിയർ മാന്ത്രികൻ

കാട്ടുതീ പോലെ ആ വാർത്ത നാടാകെ പരന്നു. നാട്ടിലൊരു മന്ത്രവാദി വന്നിരിക്കുന്നു. ചുട്ട കോഴിയെ പറപ്പിക്കുന്ന മഹാമാന്ത്രികൻ. ക്ലീൻ ഷേവ് ചെയ്തിരിക്കുന്ന മുഖത്ത് ചുണ്ടൻ വള്ളം പോലെ ചുരുട്ടി വച്ചിരിക്കുന്ന മീശ, താഴേക്ക് വളർന്ന് വെട്ടി വെടിപ്പാക്കി വച്ചിരിക്കുന്ന വീതുളി കൃതാവ്. തടിച്ചു കൊഴുത്ത ശരീരം. ഘനഗംഭീര ശബ്ദം. അക്കാലങ്ങളിൽ നാട്ടിലൊക്കെ മിക്ക വീടുകളിലും പെൺകുട്ടികളിലും സ്ത്രീകളിലും ബാധയുടെ ഉപദ്രവമുണ്ടായിരുന്നു. സന്ധ്യയാകുമ്പോഴേക്കും എവിടെങ്കിലും ഒരു ബാധയിളക്കമുണ്ടാകും. ബാധകയറിയ വീട്ടിലുള്ളവരോ അയൽക്കാരോ ബാധയൊഴിപ്പിക്കാനായി അടുത്തുള്ള മാന്ത്രികന്മാരെ തേടി സൈക്കിളിൽ ഒരു പാച്ചിലാണ്. സൈക്കിളിന്റെ പുറകിൽ എതെങ്കിലും ഒരു സിദ്ധനെ വെച്ചോണ്ട് വരും. നാട്ടിൽ സ്ഥിരമായി ചരടു ജപിച്ചും ഭസ്മം പൂജിച്ചു തരുന്നവരുടെ കൂട്ടത്തിൽ ശ്രദ്ധേയനായിരുന്നു ചിറയിലച്ചൻ. അദ്ദേഹത്തിന്റെ കൈവശവും ചില മാന്ത്രികവിദ്യകളൊക്കെയുണ്ട്. അവരുടെ ഇടയിലേക്കാണ് പുതിയ സിദ്ധന്റെ വരവ്. ആ വരവിൽ ചില പന്തികേടുണ്ടെന്നും അദ്ദേഹം അല്പസ്വല്പം ദുർമന്ത്രവാദങ്ങളൊക്കെ നടത്തുന്ന ആളാണെന്നു നാട്ടിൽ പരക്കെയൊരു സംസാരവുമുണ്ട്. ഇതിന് എരിതീയിൽ എണ്ണയൊഴിക്കാനെന്നോണം നാട്ടി ലെ പഴയ മാന്ത്രികരുടെ ശില്പന്തികളും ഉണ്ട്.

അങ്ങനൊരു ദിവസം വീണ്ടും അടുത്ത വീട്ടിലൊരു ബാധകയറ്റം.

പുതിയ മന്ത്രവാദിയുടെ പക്കൽ നിന്ന് ഭസ്മവും ചരടും വാങ്ങി വരാൻ നറുക്കു വീണതോ ഇരുട്ടെന്നു കേട്ടാൽ പേടിയുള്ള സുരേഷിനും. അതു കേട്ടപ്പൊഴേ പുള്ളിക്കാരന്റെ ശരീരമാകെയൊന്നു വിറച്ചെങ്കിലും പോകു വാനായി സൈക്കിൾകൂടിയെടുത്തോളൂ എന്നാരോ പറഞ്ഞപ്പോൾ ആ വീട്ടിലെ കാളത്തിണ്ണയ്ക്ക് ഇരുന്ന സൈക്കിളുമെടുത്ത് ഒരു കത്തീരു കത്തിച്ചു. പാതി വഴിക്കെത്തിയൊപ്പഴാണ് സുരേഷ് ശരിക്കും ഞെട്ടിയത്. ബാധകേറിയാളുടെ പേരും നാളും പറഞ്ഞ് ഭസ്മവും ചരടും വാങ്ങാൻ പോകേണ്ടത് പുതിയ മന്ത്രവാദിയുടെ അടുത്താണെന്ന് ഓർത്തത് അന്നേ രമായിരുന്നു. ആദ്യമായിട്ട് കാണാൻ പോകുവാ ചുട്ട കോഴിയെ പറപ്പിക്കുന്ന മഹാമാന്ത്രികനെ !

സുരേഷ് അടുത്ത പറമ്പിൽ സൈക്കിൾ വച്ചിട്ട് തെല്ലു പേടിയോടെ മാന്ത്രികന്റെ വീട്ടിലേക്കു കാലെടുത്തു വെച്ചു. വെച്ച കാൽ അതു പോലെ തന്നെ തിരിച്ചെടുത്തു. കാരണം കാലുകുത്തിയപ്പോൾ തന്നെ ഭയം കാലി ലൂടെ ശരീരത്തിലേക്ക് പടർന്നു കയറുന്നതുപോലെ തോന്നി സുരേഷിന്. ഒന്നു ശങ്കിച്ചു നിന്നപ്പൊഴേക്കും 'എന്താ? ആരെ തിരക്കിയാ? ഇങ്ങോട്ടുവാ' എന്ന് അവിടെനിന്നും സ്ത്രീ സുരേഷിനെ വിളിച്ചുതിരക്കി. അടുത്തേക്ക് ചെന്ന് കാര്യം പറഞ്ഞപ്പോൾ. 'ദാ അവിടെയുണ്ട് ആള് അങ്ങോട്ടു ചെല്ലൂ'എന്ന് ആ സ്ത്രീ പറഞ്ഞു. 'ഒന്നു പറയാമോ ഞാൻ വന്ന കാര്യം'. എന്ന് സുരേഷ് സ്നേഹപൂർവ്വം ആ സ്ത്രീയോട് ചോദിച്ച പ്പോൾ ഡാകിനി മുത്തശ്ശിയുടെ ഒരു ചിരി കാട്ടി അവർ വിരൽ മാന്ത്രികൻ നിൽക്കുന്നിട ത്തേക്ക് ചൂണ്ടി ഒരു ആജ്ഞയെന്നോണം. സുരേഷ് പേടി യോടെ ആ ചെറ്റപ്പുരയുടെ അടുത്തെത്തിയപ്പോഴേക്കും

"ഓം കാളീം
മേഘസമപ്രഭാം
ത്രിനയനാം
വേതാള കണ്ഠസ്ഥിതാം
ഖഡ്ഗ ഖേട കപാല

ദാരുക ശിരഃ " എന്നു തുടങ്ങുന്ന ഒരു ശ്ലോകവും ഒരു മണിയൊ ച്ചയും, തറയിൽ വരച്ചിരുകുന്ന അരിപ്പൊടിയും മഞ്ഞളും ഉമിക്കരിയും ചേർത്തെഴുതിയ കളത്തിൽ കുത്തിവച്ചിരിക്കുന്ന പന്തങ്ങളിലേക്ക് എന്തോ പൊടി വിതറി. ബഭൂം.. എന്ന ശബ്ദത്തോടെ പന്തങ്ങൾ ആളിക്കത്തി. തൊഴുകൈയോടെ മന്ത്രവാദിയുടെ സമീപത്തിരിക്കുന്ന ആളിന്റെ മുഖത്ത് ഭീതി തളംകെട്ടിനിൽക്കുന്നുവെങ്കിലും വിളറിയ പുഞ്ചിരിയും പ്രതീക്ഷയും

ആ മുഖത്ത് സുരേഷ് കണ്ടു. ഇതുകണ്ട് അമ്പരന്നു ഭയന്നുനിൽക്കുന്ന സുരേഷിനെ മാന്ത്രികൻ ശബ്ദമുണ്ടാക്കാതെ ആംഗ്യം കാട്ടി തന്റെയടുത്തേ ക്ക് വിളിച്ചു. സുരേഷ് കാര്യങ്ങൾ പറഞ്ഞ് ദക്ഷിണകൊടുത്ത് ചരടും ഭസ്മവും വാങ്ങി തിരികെ നടന്നപ്പോൾ 'നിൽക്കൂ ഞാനുമൊപ്പം വരാം അവി ടേക്ക്'എന്നു പറഞ്ഞ് സൈക്കിളുമെടുത്ത് മാന്ത്രികനും. യാത്രയ്ക്കിടയിൽ മാന്ത്രികൻ സുരേഷിനോട് എന്തൊക്കയോ ചോദിച്ചു. പേടികൊണ്ട് കേട്ടപാതി കേൾക്കാത്ത പാതി 'ഉം, അതെ' എന്നൊക്കെ ഉത്തരവും നൽകി. ബാധകേറിയ വീടെത്തിപ്പൊഴേക്കും മാന്ത്രവാദിയെ കാണാൻ വൻ തിരക്കും. മുണ്ടഴിച്ചിട്ട് ഭവ്യതയോടെ ആണുങ്ങളും, അടുക്കളഭാഗത്തേക്ക് നീങ്ങി നിന്ന് എത്തിനോക്കി പെണ്ണുങ്ങളും മന്ത്രവാദിയെ ബഹുമാനിച്ചു. 'ഒരു കിണ്ടിയിൽ ഇത്തിരി വെള്ളമിങ്ങെടുത്തേ, ഒരു കീറ്റിലയിൽ ഇത്തിരി പൂവും ഭസ്മവും കൂടി' എന്നു പറഞ്ഞ് കിണറ്റുകരയിൽ ചെന്ന് കാലും മുഖവും കഴുകി മാന്ത്രികൻ ബാധയെ കാണാൻ അകത്തേക്കു കയറി. ബാധയോട് എന്തൊക്കയോ ഉച്ചത്തിൽ ചോദിച്ചും ആക്രോശിച്ചും മന്ത്രവാദി എന്തൊക്കയോ മന്ത്രങ്ങൾ ഉരുവിട്ടു. അപ്പോഴും ചാണകം മെഴുകി തളിച്ചിട്ട മുറിയ്ക്കുള്ളിൽ തന്റെ ചോദ്യങ്ങൾക്ക് നിഷേധാർത്ഥത്തിൽ തലയാട്ടി അനുസരണക്കേടുകാട്ടുന്ന ബാധകേറിയ പെൺകുട്ടി മുടിയഴിച്ചിട്ടു തുള്ളിയലറുന്നുണ്ടായിരുന്നു. അപ്പോഴും മിണ്ടാതുരിയാടാതെ സുരേഷ് തന്റെ കയ്യിലേല്പിച്ച ഭസ്മവും ചരടുമായി എന്തുചെയ്യണമെന്നറിയാതെ പകച്ചുനിൽപ്പുണ്ടായിരുന്നു. കീറ്റിലയിൽ നിന്ന് ഒരുനുള്ളു ഭസ്മം എടുത്ത് നെറ്റിയിൽ കുറിവരച്ച് പെൺകുട്ടിയുടെ ശരീരത്തിൽ കയറിക്കൂടിയ ബാധയുടെ ഉപദ്രവം തന്നിലേക്കാതിരിക്കാൻ മനസ്സുകൊണ്ടതിനെ ബഹുമാനിച്ച് മാന്ത്രികൻ കത്തിച്ചുവച്ച നിലവിളക്കിന്റെ മുന്നിൽ ചമ്രം പടിച്ചിരുന്ന്

ഓം ഹ്രീം സ്ഫുട സ്ഫുട പ്രസ്ഫുര
ഘോര ഘോര തരതനു രൂപ
ചട ചട പ്രചട പ്രചട

എന്നു തുടങ്ങുന്ന ഒരു മന്ത്രം ഉരുവിട്ടു. കുറച്ചു കഴിഞ്ഞ് ഭസമം ഉഴിഞ്ഞു ബാധയുടെ നെറ്റിയിൽ ചാർത്തി. പൊയ്ക്കോളൂ വേണ്ടത് ചെയ്യാം. പൊയ്ക്കോളണം ഇതിനെ ഉപദ്രവിക്കാതെ... ആരോടോ ഒരു താക്കീതെന്നോണം മന്ത്രവാദി ആജ്ഞാപിച്ചു. വീട്ടുകാരോട് സ്നേഹപൂർവ്വം നീട്ടിയ ദക്ഷിണ നിരസ്സിച്ച് പുറത്തേക്ക് ഇറങ്ങിവന്ന മാന്ത്രികനെ പഞ്ചപുച്ഛമടക്കി ബഹുമാനത്തോടെ എല്ലാവരും കൂടി യാത്രയാക്കി. ആ ഒരൊറ്റ സംഭ വത്തോടെ ആ വീട്ടിലെ ബാധയുമൊഴിഞ്ഞു, തന്നെയുമല്ല എന്തു മറിമായം എന്നറി

യില്ല അതിനുശേഷം നാട്ടിൽ ബാധകേറ്റക്കാരുടെ എണ്ണം വളരെ കുറഞ്ഞു തുടങ്ങി. അങ്ങനെ നാട്ടിലെ മാന്ത്രികൻ കടമറ്റത്ത് കത്തനാരെപ്പോലെ കഴിഞ്ഞു വരുന്നു.

പക്ഷേ എന്തെന്നറിയില്ല നാട്ടിലെ പൂവൻ കോഴികൾ ഇപ്പോഴും ഇദ്ദേഹത്തെ കാണുമ്പോൾ ഒളിഞ്ഞും പതിഞ്ഞും നിന്ന് കൊക്കരക്കോ യെന്നു കൂവലാണ്.

ഇരുപത്തിയെട്ട്

ആത്മാക്കളുടെ നൊമ്പരം

കാൽവിരലിനെ നോവിച്ചുകൊണ്ട് താഴേക്കിറങ്ങിയ കുറ്റിയും അത് അടിച്ചുതാക്കുന്ന ശബ്ദവും, ചെറുതായി തുടങ്ങി വലുതായി തീരുന്ന ചങ്ങലക്കിലുക്കവും കേട്ടുഞെട്ടിയുണർന്ന ദാമോദരൻ മാഷ്.

കുടുംബത്തിൽ മക്കളെല്ലാവരും ചേർന്ന് ഓഹരി വീതം വെപ്പ് പ്രശ്നം തുടങ്ങിയിട്ട് ദിവസങ്ങളേറെയാകുന്നു. മാഷ് തലയുയർത്തി അപ്പുറത്തു കിടക്കുന്ന ശാരദടീച്ചറെ നോക്കി. ഇല്ല ഉണർന്നിട്ടില്ല. ഉറക്കത്തിൽ ഉണരാതെ ഉറങ്ങി മരിച്ചതല്ലേ. പട്ടടയിൽ നവധാന്യങ്ങൾ കിളിർത്തു തുടങ്ങിയിട്ടേയുള്ളൂ. അപ്പൊഴേക്കും മക്കളെല്ലാവരും ഓഹരിക്കുവേണ്ടി കയ്യാങ്കളി കൂടുന്നു. താനും ശാരദ ടീച്ചറും അദ്ധ്വാനിച്ചു ണ്ടാക്കിയവയാണിതെല്ലാം. പാരമ്പര്യമായി കിട്ടിയതോ ഇഷ്ടദാനം കിട്ടിയതോ അല്ല. പല ഇഷ്ടങ്ങളും വേണ്ടാതെ വച്ച് ഞങ്ങൾ രണ്ടാളും കൂട്ടിക്കൂട്ടി വെച്ച് ഉണ്ടാക്കിയതാ. ആർക്കും ഒരുകുറവും വരുത്താതെ, ഞങ്ങൾ ആവുന്നത്ര ചുരുങ്ങി. മക്കൾക്ക് സ്വന്തം നിലയിൽ ജീവിക്കാനുള്ള പ്രാപ്തിയായിട്ടും സ്നേഹകൂടുതൽ കൊണ്ട് ഒപ്പം കൂട്ടി. തന്റെ മരണം കഴിഞ്ഞപ്പോൾ തുടങ്ങിയ സ്വരച്ചേർച്ചയില്ലായ്മയാ അവരൊക്കെ തമ്മിൽ ടീച്ചറുമായിട്ട്. അത് അവരുടെ അമ്മയുടെ മരണം വരെ നീറിപ്പുകഞ്ഞു നിന്നു. ഇപ്പോഴത് ആളിക്കത്തി അവളും ആധികേറി, ആർക്കും ഒരു ബുദ്ധിമുട്ടുണ്ടാക്കാതെ ഉറക്കത്തിൽ എപ്പൊഴോ ഹൃദയം നിലച്ച് മരണത്തെ പുല്കി.

ആ സമയത്ത് മകളെ കാണാനാശിച്ചിരുന്നോ? ഒരു തുള്ളി വെള്ളത്തിനായി കൊതിച്ചിരുന്നോ.?

പ്രാണൻ വിട്ടകന്നപ്പോൾ കണ്ണു നിറഞ്ഞിരുന്നോ? എന്തോ..... ആർക്കറിയാം.

ഒറ്റയ്ക്കൊരു മുറിയിൽ, രാവിലെ വളരെ വൈകി, എന്തോ ആവശ്യത്തിന് തിരക്കി ചെന്നപ്പോഴാണ് മരിച്ചു കിടക്കുന്ന ടീച്ചറെ കണ്ടത്.

'നിങ്ങൾ മരിക്കുന്നതിനു മുൻപേ ഞാൻ മരിക്കും. നിങ്ങൾ മക്കൾക്കൊത്ത് സുഖമായി കഴിയണം' ഇടയ്ക്കൊക്കൊ ടീച്ചർ പറയുമായിരുന്നു. അന്നൊക്കെ ഞാൻ പറയുമായിരുന്നു 'എന്തിനാ വേണ്ടാത്തതൊക്കെ ചിന്തിക്കുന്നത് മരിക്കുമ്പോൾ മരിക്കട്ടെ, എല്ലാം ഈശ്വര നിശ്ചയം' എന്നു പറഞ്ഞ് സ്വയം സമാധാനിക്കാൻ ശ്രമിക്കുമായിരുന്നു, എന്തോ ഒരു പേടിയുള്ളിലൊതുക്കി'.

'പക്ഷേ വിധി എന്നെ നേരത്തേ വിളിച്ചു. എല്ലാം കാണാനും കേൾക്കാനും അനുഭവിക്കാനും കൂടിയുള്ള വിധി അവൾക്കായിരുന്നു. പട്ടടയിൽ സന്ധ്യവിളക്ക് തെളിയിക്കാൻ വരുമ്പോൾ ദുഃഖങ്ങളെല്ലാം ഇവിടെ വന്നിരുന്ന് എന്നോടു പറയുമായിരുന്നു. എല്ലാം കേട്ടിട്ട് അതിനു മറുപടി പറഞ്ഞ് അവളെ സമാധാനിപ്പിക്കാറുമുണ്ടായിരുന്നു. പക്ഷേ അവൾക്ക് അതൊക്കെ കേൾക്കാൻ പറ്റിയിരുന്നോ ആവോ'? എല്ലാം കഴിഞ്ഞ് തിരിച്ചു കണ്ണുനീരു തുടച്ചു കൊണ്ടു പോകുമ്പോൾ പറയുമായിരുന്നു

'എന്നേക്കൂടെ അങ്ങ് കൊണ്ടു പോകൂ, എന്തിനാ എന്നെ ഇവിടെ തനിച്ചാ ക്കിയിരിക്കുന്നത്. 'അത് കേൾക്കുമ്പോൾ വല്ലാത്ത സങ്കടം തോന്നുമായിരുന്നു. പക്ഷേ എനിക്കെന്തു ചെയാൻ പറ്റും, ഞാനൊരു ആത്മാവായി ത്തീർന്നില്ലേ'? 'വളരെ വൈകിയാണെങ്കിലും ഒരു ദിവസം എന്റെ സമീപം പട്ടിൽ മൂടി മാവിൻ വിറകിൽ അവളും എരിഞ്ഞമർന്നു. മണ്ണിലലിഞ്ഞു ചേർന്നു തുടങ്ങിയിട്ടു കൂടിയില്ല'

'ഒത്തിരി നാളിനു ശേഷം മക്കൾ വളരെ സന്തോഷത്തോടെ നാലുപാടും ഓടിനടന്ന് പരസ്പരം എന്തൊക്കയോ പറഞ്ഞ് ചിരിക്കുന്നു. പട്ടട ഭാഗത്തേക്കു വിരൽ ചൂണ്ടി തനിക്ക് തികച്ചും മനസ്സിലാകാത്ത ഒരാളോട് എന്തോ മൂത്ത മകൻ പറയുന്നു; എല്ലാ സ്നേഹവും വാരിക്കോരിക്കൊടുത്തു വളർത്തിയ കടിഞ്ഞൂൽ പുത്രൻ'. 'അവനാണ് ഓഹരി വീതം വയ്ക്കാൻ മറ്റുള്ളവരെ കൂടി നിർബന്ധിച്ച് കൂട്ടിക്കൊണ്ടുവന്നത്. ഉള്ളതിൽ കൂടുതൽ കൊടുത്ത് കെട്ടിച്ചുവിട്ട രണ്ട് പെൺ മക്കളും ആവശ്യത്തിലേറെ സ്വത്തുണ്ടായിട്ടും അവരും മൂത്ത സഹോദരനൊപ്പം അങ്കത്തിൽ പങ്കു ചേർന്നു. 'കിട്ടിയാൽ ഞങ്ങൾക്കെന്താ പുളിയ്ക്കുമോ' എന്നു ചോദിച്ച് അവരുടെ ഭർത്താക്കന്മാരും കൂട്ടിനുണ്ട്. തെല്ലൊരു വിഷമം കാണുന്നത് ഏറ്റവും

ഇളയവന്റെ മുഖത്താണ്.അവൻ ഒറ്റപ്പെട്ടു പോകുമോ എന്നുള്ള ഭയമാണ്. കൂട്ടത്തിൽ ഇത്തിരി ക്ഷീണം അവനാണ്. അവൻ ഞങ്ങളെ പ്പോലെ ഒരു പ്രൈമറി സ്കൂൾ അധ്യാപകനാണ്. അതും ഒരു മാനേജ്മെന്റ് സ്കൂളിൽ'.

'അതിരുകൾ അളന്ന് തിട്ടപ്പെടുത്തി; അവരവർക്കുള്ളത് പരസ്പരം നേരത്തെ തീരുമാനിച്ചുറപ്പിച്ചിട്ടുണ്ട്. റിട്ടയേർഡ് സർവ്വേയർ രാജൻ സാറിന്റെ നേതൃത്വത്തിൽ എല്ലാം അളന്നു തിരിച്ച് കുറ്റിയടിച്ചു. വീടിനു തെക്കേയറ്റത്തോടു ചേർന്ന സ്ഥലം മൂത്ത മകന്റെ ഓഹരിയായി വീതി ച്ചെടുത്തു. അവിടെ കുറ്റിയടിച്ചപ്പോഴാണ് ഞാനുണർന്നത്. അവിടെയാണ് ഞങ്ങളെ അടക്കിയിരിക്കുന്ന പട്ടടസ്ഥാനം'.

ഹാവു... 'ഞാൻ മനസ്സിലോർത്തു. ഞങ്ങളെ മറക്കാതെ അവൻ സംരക്ഷിച്ചല്ലോ? മറ്റെല്ലാവരും പോയാലും ഒരു അന്തിത്തിരി ഞങ്ങൾക്കായി അവൻ കൊളുത്തുമല്ലോയെന്ന്'

'എല്ലാ പ്രതീക്ഷകളും പെട്ടെന്നായിരുന്നു അസ്തമിച്ചത്. പറമ്പിലെ പണിക്കാരൻ ശങ്കരൻ രാജൻസാർ അടയാളപ്പെടുത്തുന്നിടത്തൊക്കെ കുറ്റിയടിക്കുന്നു. അടുത്തകുറ്റി അടിച്ചത് എന്റെ കാൽപാദത്തിലായിരുന്നു. അവിടെ കുറ്റിയടിക്കാൻ മടിച്ചു നിന്ന ശങ്കരന്റെ കൈയിൽ നിന്നും കുറ്റി വാങ്ങി മൂത്തമകൻ താഴേക്ക് ആഞ്ഞുറപ്പിച്ചു. എന്റെ കാലിന്റെ പെരുവിരലിനെ നോവിച്ചുകൊണ്ട് ആ കുറ്റിയാണ് താഴേക്കു വന്നത്.

'ചത്ത് ചാരം പോലും മണ്ണായിടത്താണ് അയാളുടെ ഒരു ഭവ്യത, ഇത് റോഡ് സൈഡായതിനാൽ മറ്റുള്ള വീതത്തെക്കാൾ ഇരട്ടിവിലയാ വസ്തുവാങ്ങുന്ന ആളോട് ഞാൻ ചോദിച്ചിരിക്കുന്നത്. അയാളിവിടെ എന്തോ ബിൽഡിംഗ് പണിയാൻ പോകുവാ'.

'മകന്റെ വായിൽ നിന്നും അതുകൂടി കേട്ടപ്പോൾ അത്മാവായിട്ടു കൂടി എനിക്കു തല കറങ്ങി, ശരീരം കുഴഞ്ഞു. പണ്ട് മരണത്തിലേക്ക് സാവധാനം ഒഴുകിയലിഞ്ഞു ചേർന്നപ്പോഴുള്ള അതേ വേദന, അതേ പേടി. അപ്പോഴും അതൊന്നുമറിയാതെ ശാരദ ടീച്ചർ ഉറക്കം തന്നെ. പുതിയ ബിൽഡിംഗിന് കുഴി തോണ്ടുമ്പോൾ ഞങ്ങളുറങ്ങുന്ന ഈ മണ്ണ് ഏതെങ്കിലും ചതുപ്പ് നികത്താൻ ഉപയോഗിക്കും, അല്ലെങ്കിൽ മണ്ണായിട്ട് ആർക്കെങ്കിലും വിൽക്കും. ശാരദ ടീച്ചറെന്ന് ഉണർന്നിരുന്നെങ്കിൽ ആ ആത്മാവുമൊന്നിച്ച് എങ്ങോട്ടെങ്കിലും പോയൊളിക്കാമായിരുന്നു. ആരും ഇറക്കിവിടാത്തൊരിടത്തേക്ക്.

ഇരുപത്തിയൊമ്പത്

തുരുത്ത്

'ആടിന് കച്ചിയോ പോച്ചയോ തിന്നു കൂടെ' എന്നു ചോദിച്ച് വേഗത്തിൽ രാമൻ ദാസപ്പനൊപ്പമെത്താൻ നടന്നു. ഈ ചോദ്യം കേട്ട് ദാസപ്പൻ ഒന്നു നിന്നു. എന്നിട്ടു പറഞ്ഞു 'എടാ പോത്തേ ആട് പ്ലാന്തൂപ്പും ഒതളത്തിന്റെ ഇലയും തൊട്ടാവാടിയുമൊക്കയാ തിന്നുന്നത്. അല്ലാതെ കച്ചിയൊന്നും തിന്നാറില്ല.' 'അപ്പോ പിന്നെ വേണ്ടിവന്നാൽ പുലി പുല്ലും തിന്നുമെന്നു പറയുന്നതോ 'എന്നു പറഞ്ഞു കൊണ്ട് രാമൻ ദാസപ്പന്റെ മുന്നിൽ കയറി നിന്ന് വഴി തടഞ്ഞു. 'എടാ നീ ഒന്നു മാറ് കളിക്കാതെ എന്നിട്ടു വേഗം വാ. ആ നീറ്റിലഞ്ഞിച്ചുവടു വഴി വേണം തുരുത്തിൽ പോകേണ്ടത്. അതിന്റെ ചുവട്ടിൽ തലയിൽ പൂവുള്ള പാമ്പുള്ളതാ! അതിന് ചിറകുണ്ട്. അത് പറന്നു കൊത്തുകയും മനുഷ്യനെപ്പോലെ സംസാരിക്കുകയും ചെയ്യും' മുന്നോട്ടു നടക്കുന്നതിനിടയിൽ ദാസപ്പൻ പറഞ്ഞു. 'നീയൊന്നു പതുക്കെപ്പോ ദാസപ്പാ , ഞാൻ നിന്നൊപ്പം നടക്കാതെ പുറകെ ഓടിക്കൊണ്ടിരിക്കുവാ. അതിനിടക്ക് ചിറകുള്ള പാമ്പിന്റെ കാര്യം പറഞ്ഞു പേടിപ്പിക്കാതെ'.

'ടാ രാമു നീറ്റിലഞ്ഞിച്ചുവട്ടിൽ പാമ്പ് ഉണ്ടെന്നു പറഞ്ഞതു സത്യം തന്നെയാ, നിനക്കറിയാമോ പണ്ട് കൊയ്ത്തു കഴിഞ്ഞ പാടത്ത് താറാവിനെയും കൊണ്ടുവന്ന ഒരു അണ്ണാച്ചി പാമ്പ് കടിയേറ്റു ചത്തു കിടന്നത് ഇലഞ്ഞിച്ചുവട്ടിലാ. ഞാൻ കണ്ടതാ, നേരിൽ ശരീരമാകെ നീലനിറത്തിൽ. രണ്ടു പേരും കഥകളും പറഞ്ഞു നടന്ന് തുരുത്തിലെത്തി. രാമു ആദ്യമായിട്ടാണ് ഇവിടെ എത്തുന്നത്. ഹരിതാഭമായ തുരുത്തും, അവിടെ നിന്ന്

ചുറ്റിലുമൊന്നു നോക്കിയാൽ കാണുന്ന കാഴ്ചയും രാമുവിന് നന്നേയിഷ്ട പ്പെട്ടു.

രാമു പറഞ്ഞു 'ദാസപ്പാ ഈ തുരുത്തിൽ എത്രമാത്രം ഒതള മരങ്ങളാ. ഒതളത്തോട്ടം എന്നു പറയുന്നതായിരിക്കും ശരി. വല്ലവരും നട്ടുവളർത്തിയതായിരിക്കുമോ'. രാമുവിന്റെ ആ ചോദ്യം ദാസപ്പൻ കേട്ട തായി നടിച്ചില്ല.

ദാസപ്പൻ തൂപ്പൊടിച്ച് അടുക്കുന്നതിനിടക്ക് രാമു ഒന്നു രണ്ട് ഒതളത്തിൻ കായ് പെറുക്കി എടുത്തു. അതു കണ്ട ദാസപ്പൻ രാമുവിനെ വിലക്കി. 'രാമു അത് കള, അതിന് വിഷം ഉണ്ട്' അത് കേട്ടപാടെ രാമു ആ കായെടുത്ത് തോട്ടിലേക്ക് എറിഞ്ഞു. ഒഴുകുന്ന വെള്ളത്തിനൊപ്പം ആ കായുമൊഴുകി. അതു കണ്ട രാമുവിന് തുരുത്തിൽ ഒതളക്കൂട്ടം എങ്ങനെ യുണ്ടായതാണെന്ന് ദാസപ്പൻ പറയാതെ തന്നെ മനസ്സിലായി. തൂപ്പുമൊടിച്ച് നടക്കുന്നതി നിടയിൽ ദാസപ്പൻ പറഞ്ഞു 'വടക്കേതിലെ അമ്മിണിക്കു ട്ടിയുടെ അമ്മ ഒതളങ്ങാതിന്നാ ചത്തത്. അതും ഈ തുരുത്തിൽ വച്ച്. ഈ തുരുത്തൊരു പ്രേതപ്പറമ്പാ, പണ്ടൊക്കെ വീട്ടിൽ നിന്നു നിസ്സാര കാര്യങ്ങൾക്ക് പിണങ്ങിയും ജീവിത നൈരാശ്യം പൂണ്ടും, കടക്കെണി യിലകപ്പെട്ടവരുമായി കുറച്ചധികം ആൾക്കാർ ഈ തുരുത്തിൽ വന്ന് മരണ പ്പെട്ടിട്ടുണ്ടെന്ന് പലരും പറഞ്ഞ് കേട്ടിട്ടുണ്ട്. എനിക്ക് എന്തോ ഈ തുരു ത്തിനോടും ഇലഞ്ഞിച്ചുവടിനോടുമൊക്കെ വല്ലാത്തൊരു ഇഷ്ടമാ. അതു കൊണ്ടാ ഇടയ്ക്കൊക്കെ തൂപ്പൊടിക്കാനുമൊക്കെയായി ഇവിടെ വരുന്നത്. ഇവിടെയെത്തുമ്പോൾ എന്തോ ഒരു സന്തോഷം തോന്നുന്ന പോലാ. ആരൊക്കയോ എന്നെ കാത്തിരിക്കുന്ന പോലെ'.

'എന്നിട്ടാണോ നീ എന്നെയും കൂട്ടി ഈ പ്രേതഭൂമീലോട്ടു വന്നത് എന്നു ചോദിച്ചു രാമു ദാസപ്പനോട് ചൊടിച്ചു. നിന്റെ വെള്ളിയും വെളിവുകേടു മില്ലാത്ത ചില കഥകളുണ്ടല്ലോ ദാസപ്പാ മനുഷ്യനെപ്പേടിപ്പി ക്കാനായി', എന്നു പറഞ്ഞിട്ട് രാമു തുരുത്തിലോട്ടൊന്നു തിരിഞ്ഞു നോക്കിയിട്ട് ഒറ്റ ഓട്ടമായിരുന്നു.

'ടാ ദാണ്ടെടാ നിന്റെ പുറകേ ആരോ വരുന്നടാ ഓടിക്കോടാ രാമു' എന്നുറക്കെപ്പറഞ്ഞ് ദാസപ്പൻ തൂപ്പുകെട്ടുമെടുത്ത് രാമുവിന്റെ പുറകെ നടന്നു പൊട്ടിച്ചിരിയോടെ.

'രാമു എടാ രാമു ഉണരെടാ... എന്തൊരു ഉറക്കമാ'. ദാസപ്പന്റെ പോലത്തെ വിളികേട്ട് സ്വപ്നത്തിലുണർന്ന രാമു കാണുന്നത് തലയിൽ പൂവുള്ള സർപ്പം തന്നെ വിളിക്കുന്നതായാണ്. 'രാമു വേഗം വാ തുരുത്തിൽ

നിന്നെയും കാത്ത് ദാസപ്പനിരിക്കുന്നു. നിന്നെ കുട്ടിക്കൊണ്ടു ചെല്ലാൻ പറഞ്ഞു'.

തന്നെ വിളിച്ചുണർത്തിയ ചിറകുള്ള പാമ്പിനൊപ്പം തുരുത്തിലേക്ക് ദാസപ്പനെ കാണാൻ രാമുവും വേഗമോടി. തുരുത്തിലെത്തിയപ്പോൾ പതിവിലും ഏറെ സന്തോഷത്തോടെ തന്നെയും കാത്തു നിൽക്കുന്ന ദാസപ്പനെ കണ്ടു. 'നീ എന്താ വൈകിയത് എത്രനേരമായി ഞാൻ നിന്നെ കണ്ട് യാത്ര പറയാൻ കാത്തു നിൽക്കുന്നു. ഞാൻ പോകുവാ' എന്നു പറഞ്ഞത് നടന്ന് ദാസപ്പൻ വിദൂരതയിലെങ്ങോ നടന്നു മറഞ്ഞു.

'ദാസപ്പാ ദാസപ്പാ നിൽക്ക് ഞാനും എന്നുറക്കെപ്പറഞ്ഞ് 'ഉറക്കത്തിൽ നിന്നും ഞെട്ടിയുണർന്ന രാമുവേഗം കതകു തുറന്ന് പുറത്തിറങ്ങി തുരുത്തിനെ ലക്ഷ്യമാക്കിയോടി. അപ്പോൾ നേരം നന്നേ പുലർന്നു തുടങ്ങുന്നതേയുള്ളൂ. രാമുവിന്റെ ഓട്ടം കണ്ടിട്ട് കാര്യമെന്തന്നറിയാതെ ആരൊക്കയോ അവനൊപ്പമോടി തുരുത്തിലേക്ക്. തുരുത്തി ലെത്തിയ രാമു തങ്ങൾ കഴിഞ്ഞ ദിവസം തുരുത്തിൽ വന്നിരുന്ന് കഥ പറഞ്ഞ സ്ഥലത്ത് രണ്ടു കയ്യും നെറ്റിമേൽ വച്ച് ദാസപ്പൻ കമിഴ്ന്നു കിടന്നിട്ട് വായിൽ നിന്ന് നുരയും പതയും ഒഴുകി മണ്ണുമായി ചേർന്ന് മുഖത്ത് പറ്റിപിടിച്ചിരുന്നു. രാമുവും കൂടെ വന്നവരും ചേർന്ന് ദാസപ്പനെ വിളിച്ചുണർത്താൻ നോക്കി. ദാസപ്പൻ ഉണർന്നില്ല, ഒരിക്കലും ഉണരാതുള്ള ഉറക്കത്തിലായിരുന്നു ദാസപ്പനപ്പോൾ.

രാമുവിനെ ആരൊക്കയോ ചേർന്ന് താങ്ങിപ്പിടിച്ച് മുറ്റത്ത് വെള്ള പുതച്ച് കിടത്തിയിരിക്കുന്ന ദാസപ്പന്റെയടുത്തെത്തിച്ചു. ദാസപ്പന്റെ ആ കിടപ്പ് കാണാൻ കഴിയാതെ രാമു കണ്ണുകൾ ഇറുക്കിയടച്ചുനിന്നു.

'വിധിയെന്നല്ലാതെ എന്തു പറയാനാ, അവന്റെ അച്ഛനും അമ്മയ്ക്കുമൊപ്പം അവനും പോയി. രാത്രി വീട്ടിൽ ഉറങ്ങാൻ കിടന്ന കൊച്ചനാ, മരിച്ചു കിടന്നത്; ആ തുരുത്തിലും. 'അവന് ആറുമാസം പ്രായമുള്ളപ്പോഴല്ലേ കടം കേറി അവന്റെ അച്ചനും അമ്മയും തുരുത്തിൽ വിഷം കഴിച്ചു മരിച്ചത്. അവനും അവർക്കൊപ്പം കൂടി' എന്ന് ആരോ പറയുന്നതും രാമു കേട്ടു.

'ഒരിക്കലും ആരും പറഞ്ഞിരുന്നില്ല അവർ വിഷക്കായ് കഴിച്ചാണ് മരിച്ചതെന്ന്'.അമ്മൂമ്മയ്ക്കൊപ്പം കഴിഞ്ഞിരുന്ന ദാസപ്പനോട് അവന്റെ അച്ചനും അമ്മയും അപകടത്തിൽപ്പെട്ടു മരിച്ചു പോയി എന്നാണ് എല്ലാവരും പറഞ്ഞു കൊടുത്തിരുന്നത്. 'ഈ കഥയൊക്കെ അവനോട് ആരു പറഞ്ഞു കൊടുത്തു'. എന്തായാലുമിതെല്ലാം അതിശയമായിരിക്കുന്നു' മരണാടിയന്തിരത്തിൽ പങ്കെടുക്കാനെത്തിയവർ ഓരോന്നു പറഞ്ഞു സങ്കടപ്പെട്ടു.

'തലയിൽ പൂവുള്ള പാമ്പില്ലിയോ അത് മനുഷ്യരെപ്പോലെ സംസാ

രിക്കും, കുറെയേറെ കഥകൾ എന്നോട് പറഞ്ഞിട്ടുണ്ട്' എന്ന് പണ്ടൊരിക്കൽ ദാസപ്പൻ തന്റെ ചെവിയിൽ രഹസ്യമെന്നോണം ഇലഞ്ഞിച്ചുവട്ടിൽ വച്ച് പറഞ്ഞത് രാമു ഞെട്ടലോടെ ഓർത്തു. രാമുവിന്റെ രോമകൂപങ്ങൾ പാമ്പെന്നപ്പോലെ തലയുയർത്തി, കുളിരുകോരി. അപ്പോഴങ്ങകലെ അന്തിച്ചെമ്മാനച്ചുവപ്പിൽ കുളിച്ച് തുരുത്ത് രൗദ്രഭാവത്തിൽ ജ്വലിച്ചു നിന്നു.

മുപ്പത്

എന്റെ സ്വന്തം കിളിക്കൂട്ടങ്ങൾ

പതിവിലും നേരത്തെ ഉണർന്നത് അതിഭയങ്കരമായ കോലാഹലം കേട്ടാണ്. എന്തായിരിക്കും രാവിലെ സംഭവിച്ചത് എന്നുള്ള ആകാംക്ഷയോടെ കതകു തുറന്ന് ഞാൻ പുറത്തിറങ്ങി. പറമ്പിലാകെ ആകെ പക്ഷികളുടെ ആകെ ബഹളം.

അതിനിടയ്ക്ക് ഒരു കാക്കത്തമ്പുരാട്ടി മിഗ്ഗും മിറാഷും പോലെ പറന്നു പൊങ്ങി ചരിഞ്ഞു പറന്ന് താഴേക്കൊന്നാഞ്ഞ് എന്തൊക്കയോ ശബ്ദങ്ങൾ പുറപ്പെടുവിച്ച് പറന്നു കളിക്കുന്നു.

ഓ ഇവരായിരുന്നോ? ഇവർ പതിവു വേട്ടക്കാർ തന്നെ; കാക്കത്തമ്പുരാട്ടിയും കൂട്ടുകാരും. കരീലക്കിളി, പൂത്താങ്കീരി, മഞ്ഞക്കിളി, ഒന്നുരണ്ട് ഉപ്പൻ, സൂചിമുഖി, തേൻ കുരുവി, വണ്ണാത്തിക്കിളി, ഈ കോലാഹലങ്ങളൊന്നുമറിയാതെ നിശ്ബ്ദനായുറങ്ങുന്ന ഒരു കൂമനും, ഈ ബഹളത്തിൽപ്പെടാതെ അടുക്കള ഭാഗത്ത് രണ്ട് മൈനയും കുറെ കാക്കകളും.

ഇടയ്ക്കിടയ്ക്ക് കൂട്ടത്തോടെ തീറ്റപിടിക്കാൻ കിളിക്കൂട്ടങ്ങളെല്ലാം ചേർന്ന് പറമ്പിലെത്താറുണ്ട്.

ഒരു കൂട്ടർ ഇലച്ചാർത്തുകളിൽ ചാടിക്കളിച്ച് തീറ്റ പിടിക്കുമ്പോൾ അവിടെ നിന്നും ചാടിപോകുന്ന പ്രാണികളെ പ്രഗത്ഭനും അഭ്യാസിയുമായ പോരാളിയെ പോലെ കാക്കത്തമ്പുരാട്ടി പറന്നു പിടിച്ചിരിക്കും. മറ്റു ചിലതിനെ മഞ്ഞക്കളി കൈക്കലാക്കിയിരിക്കും. താഴെ

മണ്ണിൽ കരിയിലയാകെ കൊത്തിയെറിഞ്ഞ് പൂത്താങ്കിരി കൂട്ടവും.

പെട്ടെന്നായിരുന്നു കാക്കത്തമ്പുരാട്ടി വേറൊരു ശബ്ദത്തിൽ ചിലച്ചത്. പെട്ടെന്ന് അവിടമാകെ ഒരു നിശബ്ദത പരന്നു. കിളിക്കൂട്ടങ്ങൾ വേഗത്തിൽ ഇലച്ചാർത്തുകളിൽ ഒളിച്ചു. കാക്കത്തമ്പുരാട്ടികൾ കൂട്ടത്തോടെ ഇലഞ്ഞി മരത്തിലിരുന്ന മറ്റൊരു കിളിയെ ആക്രമിക്കാൻ പറന്നെത്തി, കൂട്ടത്തിൽ വണ്ണാത്തിയും ഒരു കാക്കച്ചിയും. തേൻകിളിയും തുന്നൽക്കാരനും ചില്ലകളിനിന്ന് ചാടിപ്പറന്നു ചിലച്ചു. കൂട്ടായ ആക്രമണത്തെ നേരിടാനാവാതെ ആ കിളി അവിടുന്നു പറന്നകന്നു. അത് മറ്റാരുമായിരുന്നില്ല പ്രാപ്പാടിയൻ. കിള്ളിറാനെന്നു ഞങ്ങൾ വിളിക്കുന്ന പരുന്തിനെപോലെയുള്ള പക്ഷി.

ഒരു സത്യം പറഞ്ഞാൽ പണ്ടത്തെപ്പോലെ എല്ലാ വീടുകളിലും പൂവൻകോഴി ഇല്ലാത്തതിനാൽ പുലർച്ചെയുള്ള കൊക്കരക്കോ വിളിയില്ല. മിക്കപ്പൊഴും രാവിലെ കേൾക്കുത് നീലപൊന്മാന്റേയോ, ഉപ്പന്റേയോ ശബ്ദമാണ്. പിന്നെ സ്ഥിരമായെന്നെ ചിലച്ചുണർത്തുന്ന വണ്ണാത്തിയുടേയും. അതിസുന്ദരിയായ ഇലക്കിളിയും, സൂര്യപ്രകാശത്തിൽ മഴവില്ലു നിറമുള്ള തേൻ കുരുവിയും, പുള്ളിക്കുയിലും കരിങ്കുയിലും, ചുട്ടിയാറ്റയും, ആറ്റക്കറുപ്പനും, ബുൾബുൾ, കാവിക്കിളി തുടങ്ങി കുറെയേറെ കിളികളും, അവിടുന്നു നേരെ പുഞ്ചയിലോട്ടു ചെന്നാൽ പലതരം കൊക്കുകൾ, പവിഴക്കാലി, തിത്തിരി, നീലകോഴി, വാലൻ താമരകോഴി, എരണ്ട പക്ഷി, കാട്ടുതാറാവും, കുറെയേറെ പുള്ളുകളും, അടുത്ത കാലംതൊട്ടു വിരുന്നെത്തിയ വർണ്ണ കൊക്കുകൾ, വാനമ്പാടി എന്നു വേണ്ട ഒരു കൂട്ടം പക്ഷികൾ എനിക്കു ചുറ്റുമുണ്ട്.

വല്ലാത്ത ഒരു രസം, അല്ല സന്തോഷകരമായ നിമിഷങ്ങളാണ് അവയെ കാണുന്നതും അവയ്ക്കൊപ്പം കൂടുന്നതും. പതുങ്ങി വരുന്ന ചക്കിപ്പൂച്ചയെ കണ്ട് വണ്ണാത്തിയും കാക്കത്തമ്പുരാട്ടിയും ചിലച്ചു കൊണ്ട് അതിനൊപ്പം അടുത്ത പറമ്പിലേക്കു പറന്നുയുർന്നു, കൂട്ടത്തിൽ കൂട്ടുകാരായ മറ്റു പക്ഷികളും.

മുപ്പത്തിയൊന്ന്

വിലകുറഞ്ഞ പ്ലോട്ടുകൾ വിൽപ്പനയ്ക്ക്

നഗരമദ്ധ്യത്തിൽ നിന്നും അല്പം അകലെ റിക്ഷാക്കൂലികൊടുത്ത് ഇറങ്ങി ഇടുങ്ങിയ വഴികളിലൂടെയുള്ള യാത്രയ്ക്കവസാനം മദ്ധ്യവയസ്ക്കനായ ആ മനുഷ്യൻ ഓടുമേഞ്ഞ രണ്ടു മുറികളുള്ള ഒരു പഴയ കെട്ടിടത്തിന്റെ മുന്നിലെത്തി. യാത്രാമദ്ധ്യേ ട്രെയിനിലിരുന്ന് തന്നോട് സംസാരിച്ച സഹയാത്രികൻ പറഞ്ഞതാണ് ഈ ഓഫീസിനെ കുറിച്ച്. ഓഫീസിനകത്തും പുറത്തുമായി നിൽക്കുന്ന പുരുഷന്മാർ മുടിയും താടിയും നീട്ടി വളർത്തി, വ്യത്യസ്തതരം ഫ്രെയിമുള്ള കണ്ണട ധരിച്ചും, ജീൻസും ഷർട്ടും, മുണ്ടും ഉടുപ്പും, മുട്ടോളം നീണ്ടു കിടക്കുന്ന ജുബ്ബാധരിച്ചവരുമായിരുന്നു. അവരെ കൂടാതെ സാരിയും, ചുരിദാറും ദാവണിയും ധരിച്ച പെൺകുട്ടികളും സ്ത്രീകളുമടക്കം കുറെയധികം പേർ ഉണ്ടായിയിരുന്നു. ഈ ഓഫീസിൽ ഇങ്ങനൊരു കൂടിക്കാഴ്ച ആഴ്ചയ്ക്കവസാനമോ മാസത്തിലൊരിക്കലോ ഉണ്ടായിരിക്കുമെന്നുള്ളതുകൂടി കൂടി യാത്രക്കാരൻ തന്നോടു പറഞ്ഞത് ആതിശയത്തോടെ ആഗതൻ ഓർത്തു. ഓഫീസിലും പരിസരത്തും കൂടി നിന്നവർ പര്സപരം എന്തെക്കയോ സംസാരിച്ച് ഉറപ്പിച്ച് സന്തോഷത്തോടെ ഹസ്തദാനം ചെയ്തു പിരിയുന്നു.

അതു കണ്ട് തന്റെ കൈയിൽ മടക്കിവച്ചിരിക്കുന്ന പ്ലാസ്റ്റിക്ക് കവറിൽ തപ്പി അതിൽ സൂക്ഷിച്ചിരിക്കുന്ന രൂപായുണ്ടെന്ന് ആ വൃദ്ധൻ ഒന്നു കൂടിയുറപ്പു വരുത്തി.

സാർ നിങ്ങൾക്കെന്താണ് വേണ്ടത്, എന്റെ കൂടെ വന്നോളു, എന്നുപറഞ്ഞ് ആ ഓഫീസിലെ ജീവനക്കാരനെന്നു തോന്നിക്കുന്ന ഒരാൾ ആഗതനെ മുറിക്കുള്ളിലേക്കു വിളിച്ചു. 'മുൻപ് എന്തെങ്കിലും എഴുതിയിട്ടുണ്ടോ? ആനുകാലികങ്ങളിൽ പ്രസിദ്ധീകരിച്ചിട്ടുണ്ടോ? പുസ്തക രൂപേണ പ്രിൻറ് ചെയ്തിട്ടുണ്ടോ' എന്നൊക്കെ അല്പസമയത്തിനുള്ളിൽ ഓഫീസ് ജീവനക്കാരൻ അയാളോടു ചോദിച്ചു.

അതു കേട്ട് അയാൾ ആകെ അങ്കലാപ്പോടെ തിരിച്ചു ചോദിച്ചു 'എഴുത്തോ?... പുസ്തകമോ?... എന്താ നിങ്ങൾ ചോദിച്ചത് '.

'അല്ലെ പിന്നെ നിങ്ങൾ'...

ഓഫീസിലെ ജീവനക്കാരൻ സംശയത്തോടെ അപരിചിതന്റെ മുഖത്തേക്കു സൂക്ഷിച്ചു നോക്കി.

കഥ, ചെറുകഥ, നോവൽ, കവിത, വിഷയ സംബന്ധിയായ പ്രബന്ധങ്ങൾ, തിരക്കഥകൾ എന്നിങ്ങനൊക്കെ വലിയ അക്ഷരത്തിൽ എഴുതി ഭിത്തിയിൽ ഒട്ടിച്ച് അതിനു താഴെ കസേരകളിലായി ഇരിക്കുകയും ചെയ്യുന്ന വ്യക്തിത്വങ്ങളെ കണ്ട് അമ്പരന്ന് ആഗതൻ പറഞ്ഞു എനിക്ക് വേണ്ടത് വീടുവെക്കാൻ രണ്ടുമൂന്നു സെന്റ് സ്ഥലമാണ്. അതു വാങ്ങാൻ പെൻഷൻ കിട്ടിയതിൽ മിച്ചം വെച്ച കാശുമായാണ് ഞാൻ വന്നത്.

ഇതു കേട്ട് ഞെട്ടിയ ഓഫീസ് ജീവനക്കാരൻ പറഞ്ഞു. 'സാർ ഇപ്പോഴത്തെ പല എഴുത്തുകാർക്കും വേണ്ടി കഥകളും കവിതകളും , കൂടാകെ പ്രബന്ധ രചനകൾ വരെ നിർവഹിച്ചു കൊടുക്കുന്നത് ഇവരൊക്കെയാണ്. പൂർത്തീകരികാത്ത പല തിരക്കഥകളും വെളിച്ചം കാണുന്നത് ഇവരുടെയൊക്കെ തൂലികത്തുമ്പിലൂടൊക്കെയാണ്. ആവശ്യത്തിലധികം പ്രതിഫലവും പറ്റി പരമരഹസ്യമായി, വില പറഞ്ഞു റപ്പിച്ച് സ്വന്തം പേരിൽ പ്രസിദ്ധികരിക്കുവാനുള്ള അനുമതിയും വാങ്ങി ആധുനിക എഴുത്തുകാർ സന്തോഷതോടെ മടങ്ങും. ഒരു ഉഭയകക്ഷി വിശ്വാസത്തിൽ. ചുരുക്കിപ്പറഞ്ഞാൽ പശുവിന്റെ കടിയും മാറും കാക്കയുടെ വിശപ്പും തീരും എന്ന പോലെ!!

അപ്പോൾ പിന്നെ ട്രെയിനിൽ വച്ചു കണ്ടയാൾ പറഞ്ഞ പ്ലോട്ട് വില്പനയ്ക്ക് എന്നുള്ള കാര്യം, ഓഫീസ് ജീവനക്കാരനോട് ആഗതൻ വീണ്ടും തിരക്കി. 'അയാൾ പറഞ്ഞത് സത്യമാണ് , അയാൾ പറഞ്ഞ പ്ലോട്ട് വില്പന "കഥ പ്ലോട്ടുകൾ " വില്പനയ്ക്ക് എന്നുള്ള കാര്യമാണ്.

പുതിയൊരു അറിവും പേറി അയാൾ നടന്നകലുമ്പോൾ അച്ചടി മഷിപറ്റി പുളഞ്ഞ കുറെ അക്ഷരങ്ങൾ ചില്ലുകൂട്ടിൽ ഇരുന്ന് ആരെയൊക്കയോ കൊഞ്ഞനം കുത്തുന്നുണ്ടായിരുന്നു.

(ജീവിച്ചിരിക്കുന്നവരോ മരിച്ചവർക്കോ ഈ കഥയുമായി യാതൊരു ബന്ധവും ഇല്ല.)

മുപ്പത്തിരണ്ട്

ഈയാമ്പാറ്റ

ഭൂമിയിലേക്ക് ചിറകുവിരിച്ചു പറന്നുയർന്ന ഈയാമ്പാറ്റ രാവിൽ അല്പം അകലെയായി ആദ്യം കണ്ട വെളിച്ചത്തിലേക്കു പറന്നടുത്തു. വെളിച്ചം കണ്ടു സന്തോഷിച്ച ഈയാമ്പാറ്റ തെല്ലൊന്നമ്പരന്നു. കാരണം കനലെരിഞ്ഞമരാറായ ഒരു ചിതയായിരുന്നു അത്. രാത്രിയുടെ സ്വകാര്യത നഷ്ടപ്പെടുത്തുന്ന പ്രകാശവും പേറിയുള്ള യാത്രയിൽ തങ്ങളെ സൃഷ്ടിച്ചവനെ പഴിച്ച് അങ്ങിങ്ങായി പാറി നടക്കുന്ന കുറെ മിന്നാമിനുങ്ങുകളെ കണ്ടാശ്ചര്യപ്പെട്ട ഈയാമ്പാറ്റ കനൽവെളിച്ചത്തിലേക്ക് പായാൻ തന്റെ പുതുച്ചിറകിന് വേഗം കൂട്ടി, വീണ്ടും ഒന്നു ശങ്കിച്ചിട്ട് ചിറകിന്റെ വേഗമൊന്നു കുറച്ചു. ഞാനെന്തിനാ ജീവിതം മടുത്ത്, അത് സ്വയം അവസാനിപ്പിച്ച് ഈ ചിതയിൽ ഒടുങ്ങുന്നവനൊപ്പം തന്റെ ജീവിതം വെണ്ണീറാക്കുന്നത്. എനിക്കു പ്രകാശത്തിലേക്ക് പറന്നുയരണം. ആ സമയം ചിതയിലെ വെളിച്ചം കണ്ടു പറന്നെത്തുന്ന പാറ്റകളെ പിടിക്കാൻ ചിതക്കുസമീപത്തെ ഇലഞ്ഞിമരക്കൊമ്പിൽ തക്കം പാർത്തിരിക്കുന്ന ഒരു കാക്കത്തമ്പുരാട്ടി തലങ്ങും വിലങ്ങും പറന്നുയരുന്നുണ്ടായിരുന്നു. ഇത് കണ്ട് ഈയാമ്പറ്റ അമ്പരന്നു. ഏതു നിമിഷവും താൻ ആ കറുത്ത പക്ഷിയുടെ ഇരയായി തീരുമല്ലോ എന്നോർത്ത് സങ്കടപ്പെട്ടു. പെട്ടെന്ന് തന്റെ ചിറകു തളരുന്നതു പോലെ തോന്നി, ഈയാമ്പാറ്റ കനൽവെളിച്ചത്തിലേക്കു വീണ്ടും ചിറകാഞ്ഞുവീശി. എന്നാൽ പെട്ടെന്ന് ചിറകുകൾ ശരീരത്തിൽ നിന്നു കൊഴിഞ്ഞ് കാറ്റിൽ പറന്ന കലുന്നതും ഒപ്പം താൻ താഴേക്കു പതിക്കുന്നതും ഈയാമ്പാറ്റ സങ്കടത്തോടെ അറിഞ്ഞു. വെളിച്ചം കണ്ടു കൊതിതീരാതെ തിരികെ വീണ്ടും ഭൂമിക്കുള്ളിലേക്കുള്ള മടക്കയാത്രയിൽ പ്രത്യാശയുടെ പ്രകാശവും പരത്തിക്കൊണ്ട് പകലോൻ തന്റെ പതിവുയാത്രക്കിറങ്ങിയിരുന്നു.

മുപ്പത്തിമൂന്ന്

ക്ഷുദ്രം

അതിരാവിലെയുള്ള അലർച്ചയും അട്ടഹാസവും തെറിവിളിയും കേട്ടിട്ടാണ് അന്ന് അയൽപക്കമുണർന്നത്.

ഉറഞ്ഞു തുള്ളുകയായിരുന്നു സുയോധനൻ, ഒന്നുമറിയാതെ ഓടിക്കൂടിയ അയൽക്കാർ പന്തം വിഴുങ്ങി കുന്തം കണക്കെ നിൽക്കെ സുയോധനൻ വീണ്ടും ഒച്ചവെച്ചു കൊണ്ടിരുന്നു. അപ്പോഴാണ് കിഴക്കേ അതിരിൽ നിന്ന കടലാവണക്ക് ചെടി ഒന്നനങ്ങിയത്.

ഒറ്റയോട്ടമായിരുന്നു സുയോധനൻ അവിടേക്ക്, പെട്ടെന്ന് കടലാവണക്കിന്റെ ചുവട്ടിൽ നിന്നും ആരോ ഓടി മറയുന്നതും കണ്ടു.

'ദാണ്ടോടൂന്നേ കണാരൻ മൂപ്പിൽ' ആരോ വിളിച്ചുകൂവി.

ഇവരുതമ്മിലുള്ള അതിരു വഴക്ക് പതിവായിരുന്നു. അതിരുകാക്കുന്ന കരിങ്കൽ കുറ്റികൾക്ക് ഇടയ്ക്കിടയ്ക്ക് ജീവൻ വെച്ചു കൊണ്ടിരുന്നു, അവ കിഴക്കോട്ടും പടിഞ്ഞാറോട്ടും നിരങ്ങി നീങ്ങിക്കൊണ്ടിരുന്നു.

കണാരൻ മൂപ്പിൽ ഓടി മറയുന്നതു കണ്ട കാണികൾ ഇന്നത്തെ സംഭവം അതിരു വഴക്കല്ലെന്നു തീർച്ചപ്പെടുത്തി.

പിന്നെന്താണ് ?

ഉദ്വോഗഭരിതമായ മുഖങ്ങളിൽ ആകാംക്ഷ മിന്നിമറഞ്ഞു കൊണ്ടിരുന്നു. അല്പസമയത്തിനുള്ളിൽ ആകാംക്ഷയ്ക്ക് ഒരു അറുതി വരുത്താനെന്നോണം സുയോധനന്റെ അമ്മ രംഗ പ്രവേശം ചെയ്തു.

അതു കണ്ട് അയൽക്കാർ എല്ലാവരും നിന്ന നിൽപ്പിൽ നിന്ന് രണ്ടടി പുറകോട്ടു നീങ്ങി. കാരണം ഈ പറമ്പിന്റെ നാലതിരിൽക്കൂടി കാക്കയ്ക്കു കൂടി പറക്കാൻ അവകാശമില്ലായിരുന്നു. എല്ലാവർക്കും അതിരുവിലക്കാണ്, അതാ കാര്യം.

ആരെങ്കിലും അറിയാതെ പറമ്പിലോട്ടൊന്നു കാലുകുത്തിയാൽ ഉടനടി അവരെ വിലക്കും

'ഇതു വഴിയല്ല, ഇവിടം വഴിയമ്പലവുമല്ല'

അതുവഴി ആരുപോയാലും വന്നാലും കൂടുപാത്രം വയ്ക്കാനാണെന്ന ചിന്താഗതിയിൽ നാലുചുറ്റും കണ്ണുമായി കൗസല്യാമ്മ കാത്തുനിൽക്കും.

മന്ത്രവാദവും പൂജയുമാണ് ആ വീട്ടിലെന്നും, പാതിരാത്രിയിൽ മണികിലുക്കവും മന്ത്രോച്ചാരണവും അവിടെ നിന്നും അലയടിച്ചുയർന്നിരുന്നു.

രഹസ്യങ്ങൾ കണ്ടെത്തുന്ന വിരുതൻ പാച്ചു സുയോധനന്റെ പറമ്പിൽ ആരോ ക്ഷുദ്രം ചെയ്തിരിക്കുന്നു എന്ന സത്യം കണ്ടെത്തി.

"പണിക്കു പണി" ആ മഹാനുഭാവൻ ആരായിരിക്കും?

നാലതിരിലുമുള്ള അയൽക്കാരെ വായടച്ച് ആക്ഷേപം പറഞ്ഞ് സുയോധനൻ തുള്ളിയലറി.

"ആരാണിത്രധൈര്യശാലി"?

ആ ധൈര്യശാലി തങ്ങളല്ലെന്നുറപ്പിച്ച് പരസ്പരം ഓരോരുത്തരും സമാധാനിച്ചു.

'ആരായാലും അവനെകണ്ടെത്തുക തന്നെ വേണം' എന്നു പറഞ്ഞ് സ്വയം ഞെളിഞ്ഞ് പാച്ചു കത്തിക്കയറി

അതുകേട്ട് അവിടെ കൂടിനിന്ന ചില മുഖങ്ങളിൽ ആശങ്കയലയടിച്ചു. അവരുടെ മനസ്സ് മണിക്കൂറുകൾ പിന്നിലേക്ക് ഓടിയടുത്തു.

പട്ടഷാപ്പിന്റെ വടക്കു വശത്ത് തോട്ടിൽ ഒരു പുവൻകോഴിത്തല കണ്ട മാത്രയിൽ അതുമെടുത്ത് പ്രമോദ് ഒരു ഓട്ടമായിരുന്നു, നേരെ **പടിഞ്ഞാറോട്ട്.**

കാവിലെ പൂജയ്ക്ക് നൂറും പാലും നടത്തിയടുത്തുനിന്ന് അടിച്ചുമാറ്റിയ രണ്ടു മൂന്നു കോൽപന്തങ്ങൾ, ബാക്കി വന്ന മഞ്ഞൾപ്പൊടി, പച്ചപ്പൊടി ,ചുണ്ണാമ്പ്, വടക്കേവീട്ടിലെ എഴുത്തിലിന്റെ പുറത്ത് പടർന്നു കിളിച്ച ഒരു കൊച്ചു കുമ്പളങ്ങ എന്നിവ പലരുചേർന്ന് ഒപ്പിച്ചെടുത്തിരുന്നു. പിന്നെ കിട്ടാനുള്ളത് കോഴിത്തല മാത്രം, അതു പ്രമോദിനും കിട്ടി.

ഇനി സംഗതി നടപ്പിലാക്കേണ്ട സമയം മാത്രം. സംഘാടകരുടെ രഹസ്യമായ ഒത്തുചേരലിൽ അതിനുള്ള സമയവും കണ്ടെത്തി. രണ്ട് നാക്കില വെട്ടി അതിൽ പന്തം കുത്തിവെച്ച്, കുമ്പളങ്ങ മുറിയിൽ മഞ്ഞൾ പൊടിയും ചുണ്ണാമ്പുവെള്ളം ഒഴിച്ച് ചുവപ്പു നിറമാക്കിയൊഴിച്ചു, തെറ്റി

പ്പുകളും മറ്റും വിതറി അവിടെ ഒരു പുജ നടന്ന പ്രതീതി വരുത്തി ഐവർ ക്കൂട്ടം നേരം പുലരുന്നതിനായി കാത്തിരുന്നു.

ഈ കൊടും പാതകത്തിന് അവരെ പ്രേരിപ്പിച്ചതാകട്ടെ ആ പറമ്പി ലേക്കുള്ള അവർക്കുള്ള വിലക്കും. പേരയ്ക്ക, വാളൻപുളി, പലതരം മാവു കൾ എന്നിവ പൂത്തു കായ്ച്ചു നിൽക്കുന്ന പറമ്പിൽ വിലക്കേർപ്പെടുത്തി യാൽ പൈതങ്ങൾ സഹിക്കുമോ?

ഈ പാതകം ചെയ്തവനെ തകർക്കുമെന്ന് ആക്രോശിച്ച് സുയോ ധനൻ വെളിച്ചപ്പാടുപോലെ തുള്ളിയുറഞ്ഞു.

ചോര നിറം പുരണ്ടു ചുവന്ന കൈ വിരലുകൾ പ്രോഗ്രാം കമ്മ റ്റിക്കാരിൽ ചിലർ ആരും കാണാതെ മറയ്ക്കാൻ നന്നേ പാടുപെട്ടിരുന്നു.

ക്ഷുദ്രത്തിനു പരിഹാരക്രിയയ്ക്കുള്ള ഒരുക്കവുമായി പുഞ്ചിരി ത്തിരുമേനിയും പരിവാരങ്ങളും സന്ധ്യയ്ക്കു മുന്നേ സുയോധനന്റെ വീട്ടു പടിക്കലെത്തി. അന്നുരാത്രി പൈതങ്ങളിൽ ചിലർ ദുഃസ്വപ്നം കണ്ട് ഞെട്ടിയുണർന്നു. നായ്ക്കളുടെ ഓരിയിടലും കൂമന്റെ നീട്ടിയുള്ള മൂളലും കേട്ട് ചിലർ പുതപ്പിനുള്ളിലേക്ക് വലിഞ്ഞു പനിച്ചു തുടങ്ങിയിരുന്നു.

മുപ്പത്തിനാല്

കുപ്പിവള

കുപ്പിവളത്തട്ടിലേക്കു നീട്ടിയ കൈകണ്ട് അയാളൊന്നമ്പരന്നു. ശുഷ്കിച്ചുണങ്ങിയ നീണ്ട വിരലോടു കൂടിയ വെളുത്ത കൈ.ആ കൈയിലേക്ക് അയാൾ ഒന്നുകൂടി നോക്കി.

'ഇതിൽ എങ്ങനെ വളയിടും?, ഈ കൈയിൽ ചേരുന്ന
വളയില്ലല്ലോ'? അയാൾ പറഞ്ഞു

'അതെന്തൊ ഈ കൈക്കിടാൻ ഇവിടെ വളയില്ലേ'?

കുപ്പിവള പൊട്ടി ചിതറുന്ന പോലുള്ള ശബ്ദത്തിൽ അവൾ വളക്കാരനോടു കയർത്തു.

എന്നോ കേട്ടു മറന്നതുപോലെയുള്ള ആ ശബ്ദം കേട്ട് അയാൾ മെല്ലെ ഒന്നു മുഖമുയർത്തി നോക്കി.

എണ്ണ തേക്കാതെ പാറിപ്പറന്ന് മുഖത്തേക്ക് കിടക്കുന്ന മുടി. ആ മുടിയിഴകൾ സംസാരിക്കുമ്പോഴുള്ള ശ്വാസഗതിയിൽ താളം തുള്ളുന്നു. മുഷിഞ്ഞു തുടങ്ങിയിരിക്കുന്ന വസ്ത്രങ്ങൾ.

വളത്തട്ടിലേക്കു നീട്ടിരിക്കുന്ന കൈ ശ്രദ്ധിക്കാതെ അയാൾ തന്റെ ജോലി തുടർന്നു.

'എനിക്കു വള താ, വള തരുന്നോ. കരിഞ്ഞ പച്ചനിറത്തിലുള്ള
വള'

ആ ചോദ്യം കേട്ട് വളക്കച്ചവടക്കാരന്റെയുള്ളിൽ നിന്നും 'ശ്രീക്കുട്ടി...... അല്ല ....ശ്രീ', എന്ന പേര് അറിയാതെ പുറത്തേക്കു വന്നു.

ബാപ്പയ്ക്കൊപ്പം ചെറുപ്പത്തിൽ എതിരേൽപ്പുത്സവത്തിന് വളക്കച്ച വടത്തിനെത്തിയ കാലത്താണ് അയാൾ ശ്രീക്കുട്ടിയെ പരിചയപ്പെടുന്നത്. ഉത്സവം കാണാനായി മൂന്നാലു കുട്ടുകാർക്കൊപ്പം ദിവസവും ശ്രീക്കുട്ടി യെത്തും.തന്നേക്കാൾ രണ്ടോ മൂന്നോ വയസിനിളയതാണ് ശ്രീക്കുട്ടി എങ്കിലും എടാ നീ. എന്നൊക്കെയാണ് തന്നെ വിളിച്ചിരുന്ന്. ആദ്യമൊക്കെ അത് കേൾക്കുമ്പോൾ വല്ലാത്ത അരിശം തോന്നിയിരുന്നു. പിന്നീട് കളി ക്കൂട്ടുകാരായപ്പോൾ , അങ്ങനെയുള്ള വിളികൾ അവൾക്കൊ രവകാശമായി നൽകി.

അക്കാലമൊരു ഉത്സവകാലത്ത് പതിവുപോലെ കച്ചവടത്തിനായി ബാപ്പയ്ക്കൊപ്പം അബൂട്ടിയുമെത്തി. പേരിനു മാത്രമായിരുന്നു ബാപ്പ യ്ക്കൊപ്പം കൂട്ടുവരുന്നത്. ഉത്സവപ്പറമ്പിലെത്തിയാൽ പതിവു കൂട്ടുകാരൊ ത്തുള്ള കളിയും കാഴ്ചകളുമായി കൂടും. എങ്കിലും തിരക്കുകൂടുന്ന തനു സരിച്ച് കടയിലുമെത്തിയിരുന്നു.

'എടാ വളക്കാരാ ഞങ്ങൾക്കിന്നു കരിഞ്ഞ പച്ച നിറമുള്ള കുപ്പി വളകൾ വേണം' ശ്രീക്കുട്ടിയും കൂട്ടരും വളത്തട്ടിലേക്ക് കൈ നീട്ടി ബഹളം വച്ചു.

'വേഗം താ ഇപ്പോൾ വെടിക്കെട്ടു തുടങ്ങും, ഞങ്ങൾക്ക് അതു കാണണം ഒന്നു വേഗം താ'

ശ്രീക്കുട്ടിയൊഴികെ ബാക്കി മൂവരും വളയെടുത്തിട്ട് 'ശ്രീക്കുട്ടീ നീ അങ്ങോട്ടു വേഗം വരണേ' എന്നു പറഞ്ഞിട്ട് ഐസുമുട്ടായിക്കാരന്റെയടു ത്തേക്കോടി. തനിക്കു ചേരുന്ന വളയുമെടുത്തു കൊണ്ട് 'പൈസാ നാളെ ത്തരാം, അല്ലെങ്കിൽ നിന്റെ പറ്റിലെഴുതിക്കോ'എന്നുറക്കെപ്പറത്തിട്ട് ശ്രീക്കു ട്ടി കൂട്ടുകാരുടെ അടുത്തേക്ക് ഓടി.

പെട്ടെന്നായിരുന്നു ഒരു പൊട്ടിത്തെറിയും ആകാശംമുട്ടെ തീഗോ ളവും തുടരെ തുടരെയുള്ള വെടിയൊച്ചയും അലമുറയും, ഉത്സവപ്പറമ്പാകെ നടുങ്ങി വിറച്ചു. വെടിപ്പുരയ്ക്കെങ്ങനയോ തീ പിടിച്ചു എന്നു പറഞ്ഞ് വെപ്രാളത്തിൽ ഓടിയകലുന്ന ജനക്കൂട്ടം.

മണിയ്ക്കുറുകൾക്കു ശേഷം എല്ലാമൊന്നു കെട്ടടങ്ങിയപ്പൊ ഴേക്കും കുട്ടികളും മുതിർന്നവരുമായി പത്തിരുപതു ജീവൻ അഗ്നി അകത്താ യിരുന്നു എന്ന ദുരന്തവാർത്ത കേട്ട് നാട് നടുങ്ങി. കൂട്ടത്തിൽ ഐസു മുട്ടായിക്കോടിയ ശ്രീക്കുട്ടിയുടെ കൂട്ടുകാരും.

കൂട്ടുകാരുടെ അടുത്തേക്കോടിയ ശ്രീക്കുട്ടി പൊട്ടിത്തെറിയുടെ അതിഭയങ്കര ശബ്ദവും എല്ലാം വിഴുങ്ങി ഉയരുന്ന തീയും പുകയും കണ്ട്

ഭയന്ന് അലറി പുറകിലേക്കോടി എവിടെയോ കാൽ തട്ടി വീണു. ആരൊക്കയോ ചേർന്ന് ശ്രീക്കുട്ടിയെ കണ്ടെടുക്കുമ്പോൾ ബോധം മറഞ്ഞിരുന്നു. അന്നുതൊട്ട് പിന്നിങ്ങോട്ട് ശ്രീക്കുട്ടിയുടെ ജീവിതം ആ ദുരന്തദിനത്തിലെ ഓർമ്മകളെ ചുറ്റിപ്പറ്റിയുള്ളതായിരുന്നു.

ഈ സ്ഥലത്ത് ശ്രീക്കുട്ടിയെങ്ങനെ വന്നെത്തിയെന്ന ചിന്തയിൽ വളക്കച്ചവടക്കാരൻ നിൽക്കുമ്പോഴാണ്

'ശ്രീക്കുട്ടി നീ എവിടെയാണ്' എന്നു വിളിച്ച് വാർദ്ധക്യത്തിന്റെ അവശതയിൽ ഒരച്ഛനും അമ്മയും അവിടേക്കുനടന്നു വന്നത്.

' ഒരു പെൺ കുട്ടി ഇതു വഴി വന്നിരുന്നോ? തീരെ കുട്ടിയല്ല, സ്വല്പം വയ്യാത്തൊരു, തെല്ലൊന്നു നിർത്തി അവർ വളക്കാരനോടു ചോദിച്ചു.

'ഇവിടെ വന്നിരുന്നു. ദാ .... അവിടെ.. അവിടേക്കോടി' ആ ഐസുകാരന്റെയടുത്ത് നിൽപ്പുണ്ട് ദൂരേക്ക് കൈചൂണ്ടി വളക്കാരൻ പറഞ്ഞു.

'ഒന്നു നിന്നേ' എന്നു മുന്നോട്ടു നടന്ന ആ അച്ഛനെയും അമ്മയെയും വിളിച്ചു കൊണ്ട് വളക്കച്ചവടക്കാരൻ ചോദിച്ചു 'നിങ്ങൾ എങ്ങനെ ഇവിടെയെത്തി'

' അറിയുമോ ഞങ്ങളെ'? അവർ തിരിച്ചു നിന്നു ചോദിച്ചു

'അറിയാം.. എല്ലാമറിയാം ഞാൻ ആ പഴയ വളക്കച്ചവടക്കാരൻ റഹീമിന്റെ മകനാ അബൂട്ടി' അയാൾ അവരോടു പറഞ്ഞു.

അതിശയവും അതിലേറെ ദുഃഖത്തോടും കൂടി അവർ ചോദിച്ചു.

'അബൂട്ടിക്ക് ശ്രീയെ മനസ്സിലായോ', ' ഇല്ല ആദ്യം പിടികിട്ടിയില്ല പക്ഷേ...കരിഞ്ഞ പച്ച കുപ്പിവള ചോദിച്ചപ്പോൾ' നിറഞ്ഞൊഴുകുന്ന കണ്ണുനീർ തുടച്ചു കൊണ്ട് അബൂട്ടി പറഞ്ഞു.

'എന്തു സുന്ദരിക്കുട്ടിയായിരുന്നു, ഇപ്പോൾ ആർക്കും അവളെ മനസ്സിലാവുകയില്ല, തിരിച്ചവൾക്കും. ആ ദുരന്ത ഭൂമിയിൽ നിന്നും ഞങ്ങൾ ഈ സ്ഥലത്തേക്കുമാറി വീടുവച്ചിട്ട് കുറെക്കാലമായി' എന്നു ശ്രീക്കുട്ടിയുടെ അമ്മ അതീവ ദുഃഖിതയായി പറഞ്ഞു.

എന്തൊക്കയോ പറഞ്ഞ് ഐസുകാരനെ ശുണ്ഠി പിടിപ്പിക്കുന്ന ശ്രീക്കുട്ടിയുടെ അടുത്തേക്ക് അച്ഛനും അമ്മയും കൂടി നടന്നുപോകുന്ന കാഴ്ച അബൂട്ടിക്ക് സഹിക്കാവുന്നതിലുമപ്പുറമായിരുന്നു.

മീനച്ചൂടിൽ ചുട്ടുപൊള്ളുന്ന ആ ഉത്സവ പറമ്പിലെ മണൽത്തരികളിൽ പണ്ടെങ്ങോ പൊട്ടിച്ചിതറിയ കുറെ വളപ്പൊട്ടുകൾ മിന്നിത്തിളങ്ങി വീണ്ടും തന്നെ നൊമ്പരപ്പെടുത്തുന്നതായി അബൂട്ടിക്കു തോന്നി.

മുപ്പത്തിയഞ്ച്

മാറാമ്പ്

അന്നയാൾ ആദ്യമായി അസ്തമിക്കാൻ അമാന്തിക്കുന്ന സൂര്യനെ പഴിച്ചു. ക്ഷീണിച്ചിട്ട് ഒരടികൂടി മുന്നോട്ടു നടക്കാൻ കഴിയാതെ അയാളുടെ ഓരോ ചുവടും വേച്ചിരുന്നു. നടന്നിട്ട് കാലു പൊട്ടിപ്പഴുത്ത വേദന കഴലകളിൽ നെല്ലിക്കാ വലുപ്പത്തിൽ തടിച്ചു തുടങ്ങി.

കണ്ട മുഖങ്ങളിലൊന്നും തന്റെ പ്രതീക്ഷ പ്രതിഫലിച്ചു കാണാത്തതിൽ നന്നേ നിരാശ തോന്നിയിരുന്നെങ്കിലും ഓരോ ചുവടുകളും അവൾക്കുവേണ്ടിയും, കാണുന്ന ഓരോ മുഖങ്ങളും അവളുടേതാകാനും അയാൾ ആ സമയങ്ങളിൽ കൊതിച്ചിരുന്നു.

മുഷിഞ്ഞു നാറിയ അയാളുടെ ഷർട്ടിൽ ഉണങ്ങിയ വിയർപ്പു തുള്ളികൾ ചിത്രപ്പണികൾ ചെയ്തു തുടങ്ങി.

ചരമക്കോളത്തിൽ നാളുകൾക്കുശേഷം അയാളുടെ ചിത്രം കണ്ടപ്പോൾ വിതുമ്പലുകൾ അടക്കാൻ അവൾ നന്നേ പരിശ്രമിച്ചു എങ്കിലും ഒരു പൊട്ടിക്കരച്ചിലിനൊടുവിൽ പത്രക്കടലാസിലെ അയാളുടെ ചിത്രം അവളുടെ കണ്ണുനീർ തുള്ളി വീണ് അലിഞ്ഞു തുടങ്ങി. ആ സമയത്ത് അവളുടെ കഴുത്തിലെ അവൾ ഇഷ്ടപ്പെടാതണിഞ്ഞ താലിച്ചരട് അറത്തു മാറ്റാൻ കഴിയാത്ത വിധം ഹൃദയത്തിലേക്ക് വേരു പടർത്തിക്കഴിഞ്ഞു.

നവധാന്യങ്ങൾ കിളിർത്തു തുടങ്ങിയ പട്ടടയിൽ അതുവരെ തിന്നു രുചിച്ചിട്ടില്ലാത്ത കിളിർപ്പുകൾ തിന്ന് പുള്ളിപ്പശുവും അറബിക്കഥയിലെ മാന്ത്രികന്റെ നീണ്ട താടിയുള്ള, നടക്കുമ്പോൾ അകിടുകൾ രണ്ടും കാലിൽത്തട്ടി പാൽ ചുരത്തുന്ന അമ്മയാടും വിശപ്പടക്കി.

മാറാമ്പിന്റെ മൂത്തൊരിലനുള്ളി അയാൾ അവൾക്കു വേണ്ടി, അവളുടെ വാർദ്ധക്യത്തിലെ ചുളിവീണൊട്ടിയ മുഖത്തിന്റെ ഛായ പണ്ടൊരിക്കൽ അയാൾ വരച്ചുകാട്ടിക്കൊടുത്തിരുന്നു. ഇന്ന് തന്റെ മുഖത്തിന്റെ അന്നു കണ്ട അതേ പ്രതിച്ഛായ കണ്ണാടിയിൽ കണ്ടവൾ വിതുമ്പി

മാറാപ്പിൽ എന്തൊക്കയോ പെറുക്കിയൊതുക്കി ഹൃദയത്തിലേക്ക് ആഴ്ന്നു പടർന്ന വേരുപടലം പിഴുതെറിയാനുള്ള തീരുമാനത്തിലവൾ തന്നെ തേടി അയാൾ വന്ന വഴിയേ നടന്നു തുടങ്ങി.

പട്ടടയിൽ പുതുനാമ്പുയർത്തി തളിരില ചൂടിയ മാറാമ്പിലയിൽ അവളുടെ കണ്ണീർ തളംകെട്ടി നിന്നു. ചെറുകാറ്റിൽ ഇലയിളകിയാടി ആ നീർമിഴിത്തുള്ളികൾ അയാളുടെ ഹൃദയഭാഗത്തേക്ക് ഒലിച്ചിറങ്ങി.

മുപ്പത്തിയാറ്

കറമ്പിപ്പശുവും മർഫിറേഡിയോയും

കറുമ്പിയെ അച്ഛൻ അഴിച്ചു കൊണ്ടു പോകുന്നതുകണ്ടപ്പോൾ അമ്മയുടെ മുഖത്ത് വല്ലാത്ത സങ്കടം നിഴലിച്ചിരുന്നു. അതുകണ്ട് അമ്മ ഉടുമുണ്ടിന്റെ കോന്തല കൊണ്ട് മുഖം ഒന്നു തുടച്ചു.

അമ്മ കരയുകയാണ്. ശബ്ദമില്ലാത്ത കരച്ചിൽ.
നെഞ്ചു പൊട്ടുന്ന സങ്കടമായിരുന്നു അമ്മയ്ക്കപ്പോൾ. അമ്മ ദയനീയ ഭാവത്തിൽ കളിച്ചു കൊണ്ടിരുന്ന എന്നെയും അനിയനെയുമൊന്നു നോക്കി. അതു കണ്ടില്ലെന്നു നടിച്ച ഉണ്ണിക്കുട്ടൻ പെട്ടെന്ന് മുറ്റത്തു പടർന്നു നിന്ന ചീനി മരം ചായിച്ച് ഉണങ്ങിയ പമ്പരക്കായ പൊട്ടിച്ചെടുത്തു.

ഉണ്ണിക്കുട്ടനും വല്ലാത്ത സങ്കടമായിരുന്നു. കാരണം കറുമ്പി പ്രസവിക്കുമ്പോൾ ഇഷ്ടം പോലെ പാലും തൈരും കുടിക്കാമെന്നു കൊതിച്ചിരുന്നു. സ്കൂളിൽ നിന്നും വൈകിട്ടു വരുമ്പോഴേ അച്ചമ്മ പറയും

'മക്കളെ ആ കറുമ്പിപ്പശുവിന് ഇച്ചിരി പോച്ച പറിച്ചു കൊടുക്ക്. അവള് പെറുമ്പോ നിനക്ക് പാലും മോരും കുടിക്കാമല്ലോ, എന്റക്കള് ചെല്ല്' അപ്പോൾ പാലുകുടിക്കാൻ കൊതി മൂത്ത അശ്വത്ഥാമാവിനെ പോലെ ചാക്കുമെടുത്ത് ഉണ്ണിക്കുട്ടൻ പോച്ചയ്ക്ക് പോകും.

അതു കാണുമ്പോൾ അമ്മ തെല്ല് അരിശത്തോടെ എന്നെ നോക്കും. പക്ഷേ .... ഒന്നും പറയില്ല. ആ നോട്ടത്തിലെല്ലാമുണ്ടായിരുന്നു എന്ന് ഉണ്ണിക്കുട്ടനിന്നു തോന്നിയിരുന്നു.
കാരണം അമ്മയ്ക്ക് അന്നേ അറിയാമായിരുന്നിരുന്നു. അച്ചമ്മയുടെ

വാക്ക് ഒരു ചതിവാക്കാണെന്ന്. അങ്ങനെ കുറെ നാൾ കഴിഞ്ഞപ്പോൾ കറുമ്പി കറുത്തു തുടുത്ത് കൂടുതൽ സുന്ദരിയായി.

കെട്ടിയിട്ടിരിക്കുന്നിടത്തു നിന്ന് കറങ്ങുകയും, ചാടിക്കളിക്കുകയും, വല്ലാത്തെ കരയുകയും ചെയ്യുന്ന കറുമ്പിയെ കണ്ട് ചാത്തൻ മാഷ് തന്റെ അച്ഛനോടു പറയുന്നത് ഉണ്ണിക്കുട്ടൻ കേട്ടു 'എടോ ഇവളെ ഒന്നു ചവിട്ടീര്, ചനയാണെന്നു തോന്നുന്നു'. മാങ്ങാച്ചൊന എന്നുമാത്രമറിയാവുന്ന എന്റെ ആ പ്രായത്തിൽ "ചന" എന്ന വാക്കു കേട്ടു വാ പെളിച്ചു നിന്നു.

ഒന്നു രണ്ടു ദിവസം കഴിഞ്ഞപ്പോൾ കിഴക്കേ പറമ്പിൽ അടുത്തുള്ള വീടുകളിലെ പശുക്കള ഒക്കെ കൊണ്ടു കെട്ടിയിട്ടിരിക്കു ന്നതു കണ്ടു.

എന്താ കാര്യമെന്നല്ലേ ....? മൂത്തേരിയച്ചൻ വരുന്നു!!!

കാളയുമായിട്ട്.... ചവിട്ടിയ്ക്കാൻ

ഒരെത്തും പിടിയുമില്ലാത്ത കഥ; ഇടയ്ക്കൊക്കെ മൂത്തേരിയച്ചന്റെ ഈ കാളയുടെ അഭ്യാസം കാണുന്നതാ. ഇത്തിരി നേരം പശുവിനെ ഒന്നു നോക്കി നിന്നിട്ട് അതിന്റെ പൊറത്ത് ചാടിക്കേറുന്നു.

അങ്ങനെ ഊഴം കാത്തു നിന്ന കറുമ്പിയേയും ചവുട്ടി ഇതാണ് കഥ, ഒന്നുമറിയാത്ത കഥ. അങ്ങനെ കുറെ നാൾ വീണ്ടും കഴിഞ്ഞപ്പോൾ അടുത്ത വാർത്തയും കേട്ടു

'കറുമ്പി ഗർഭിണിയാണെന്ന്'

ഉണ്ണിക്കുട്ടനാണെങ്കിൽ അതു കേട്ടപ്പോൾ തന്നെ വല്ലാത്ത ഒരു സന്തോഷം. കാരണം, കറുമ്പി പെറുമല്ലോ അന്നേരം പാലും മോരും ആവശ്യത്തിന് കുടിക്കാമല്ലോ, പുളിയരിപ്പൊടിയും പിണ്ണാക്കും വാങ്ങിക്കാൻ പോകുന്നതും കാടി വയ്ക്കാൻ കരീല വാരുന്നതുൾപ്പടെയുള്ള ജോലി അച്ചമ്മുടെ നിർദേശാനുസരണം ഉണ്ണിക്കുട്ടനങ്ങേറ്റെടുത്തു.

ഈ കാടിവയ്പ്പു പരിപാടിക്കിടയിൽ ചെറിയ ചീനിക്കിഴങ്ങ്, ചെറു ചേമ്പ്, എലിവാലൻ കിഴയ്ക്ക തുടങ്ങിയ ചുട്ടു തിന്നുകയും ചെയ്യാം. "അങ്ങനെ അങ്കവും കാണാം, താളിയുമൊടിക്കാം".

കറുമ്പിയുടെ ഗർഭം അങ്ങനെ ഏഴു മാസം തികഞ്ഞു .

ആപ്രാവശ്യത്തെ പുഞ്ചക്കൊയ്ത്തിനിടയ്ക്ക് ജോലിക്കാർ കച്ചിച്ചുമടുമായി പോകുമ്പോൾ താഴെ ഊർന്നു വീഴുന്ന കച്ചിക്കഷണങ്ങൾ ഒരു ചെറിയ കമ്പു കൊണ്ട് തോണ്ടി കൂട്ടി ഒരു കൂനയോളം കറുമ്പിയ്ക്കും കിടാവിനുമായി.

അങ്ങനെ സ്വപ്നം കണ്ട് പാലും കുടിച്ചു കടന്നു പോകവെ ഒരു ദിവസത്തെ ഉച്ചയൂണു നേരം അച്ഛൻ അമ്മയോടു പറഞ്ഞത് ഉണ്ണിക്കുട്ടൻ കേട്ടു. മറ്റേന്നാൾ കറുമ്പിയെ പെങ്ങൾക്ക് കൊണ്ട് കൊടുക്കാൻ പോകുവാ. അവൾക്ക് നിറവയറായാൽ നടന്നു കൊണ്ടുപോകാൻ പ്രയാസമാ....

'ങ്ങേ കറുമ്പിയെ കൊണ്ടു പോകയോ, കറുമ്പി. നമ്മുടെ അല്ലേ' പെട്ടെന്നുള്ള ഉണ്ണിക്കുട്ടന്റെ ആ ചോദ്യത്തിൽ അവിടെ നിശബ്ദത തളം കെട്ടിനിന്നു നിമിഷങ്ങളോളം. അമ്മുടെ ഭാഗത്തു നിന്നും യാതൊരു മറുപടിയും ഉണ്ടായതുമില്ല. അമ്മയ്ക്ക് ഈ കാര്യങ്ങൾ നേരത്തെ അറിയാമായിരുന്നോ? അതായിരിക്കും തന്റെ പശുവിനോടുള്ള സ്നേഹം കാണുമ്പോൾ ആ മുഖത്ത് കണ്ടിരുന്ന നിസംഗത.

അന്നായിരുന്നു മറ്റൊരു കാര്യം അറിഞ്ഞത്, പശുവിന്റെ പാതി ഉടമസ്ഥാവകാശം മാത്രമേ അച്ഛനുള്ളൂവെന്നും പാതി അച്ചമ്മയ്ക്കുമാണെന്ന കാര്യം. എന്നോ ഒരു നാൾ വീട്ടിൽ വന്നപ്പോൾ കറുമ്പിയെ അപ്പച്ചിയുടെ മകൾക്ക് ഇഷ്ടമായത്രേ, അന്ന് അച്ചമ്മ പറഞ്ഞു പോലും ചനയാക്കി അവർക്ക് കൊടുക്കാമെന്ന്.

കയറിൽ പിടിച്ച് വലിച്ചിട്ട് കറുമ്പി അനങ്ങുന്നില്ല. ഒന്നു രണ്ടു പ്രാവശ്യം കുതറി കരഞ്ഞു. പിന്നെ അവൾ അച്ഛനൊപ്പം നടന്നകന്നു, പിറകോട്ടൊരുപ്രാവശ്യം പോലും നോക്കാതെ..

അതുകണ്ടിട്ട് ഉണ്ണിക്കുട്ടനെ ഒന്നു സമാധാനിപ്പിക്കാനെന്നോണം അമ്മ പറഞ്ഞു 'നമുക്കൊരു കിടാവിനെ വാങ്ങാം' അടുത്ത മാസമാകട്ടെയെന്ന്. അങ്ങനെ ഒന്നു രണ്ടു മാസത്തിനുള്ളിൽ ഒരു പുള്ളി പശു ക്കിടാവിനെ വാങ്ങിച്ചു. എന്നാൽ ഞാൻ പഴയതുപോലെ പാലും മോരും സ്വപ്നം കണ്ട് കൊതിച്ചില്ല.

അമ്മയ്ക്ക് എന്തോ അസുഖം വന്നപ്പോൾ ചികിത്സയ്ക്കായി പുള്ളിപ്പശുവിനേയും വിറ്റു. പുള്ളിപ്പശുവിനെ വിറ്റ വകയിൽ മിച്ചം വന്ന തുക കൊണ്ട് പാട്ടിന്റെ പാൽ മാധുരിയൊഴുകുന്ന ഒരു റേഡിയോ വാങ്ങി. കോഴിമുട്ട കൊടുത്ത് ഉണക്കക്കപ്പ വാങ്ങുന്നതുപോലെ, പാൽ ചുരത്തുന്ന പശുവിനെ വിറ്റിട്ട് മർഫിയെന്നു പേരുള്ള റേഡിയോ വാങ്ങി. ആരാന്റെ വീട്ടിലെ പശുവിന്റെ പാൽ വാങ്ങിക്കു ടിക്കാനായിരുന്നു എന്റെ വിധി അന്നും ഇന്നും!

മുപ്പത്തിയേഴ്

മെമ്പർ ഈസ് ഔട്ട് ഓഫ് കവറേജ് ഏരിയ

'ഹലോ... ഹലോ .... കേൾക്കാമോ? ഞാനാ പ്രകാശൻ വാർഡ് മെമ്പർ'പിന്നേ....മറുതലയ്ക്കൽ നിന്ന് 'എന്ത് ആരാന്നാ .... പ്രശോഭയോ'? 'കുന്തം ഒന്നും ക്ലിയറാകുന്നില്ല. ഒരു സെക്കന്റേ ഞാനൊന്നു പുറത്തിറങ്ങട്ടെ' ഇങ്ങേത്തലയ്ക്കൽ പ്രകാശൻ മെമ്പർ, ഹലോ ദേവദാസാ ഞാനാ പ്രകാശൻ കേൾക്കുന്നില്ലേ? ഈ നശിച്ച നെറ്റുവർക്ക് കാരണം ഒന്നും പറയുന്നതും കേൾക്കുന്നില്ല. മറിച്ചിങ്ങോട്ടും എന്നു പിറുപിറുത്ത് ഫോൺ ഓഫാക്കി പോക്കറ്റിലിട്ട് പ്രകാശൻ നേരെ ദേവദാസിന്റെ വീട്ടിലേക്ക്.

എന്താ മെമ്പറേ ഈ രാത്രിയിൽ. അടിയന്തിരമായെന്തെങ്കിലും. ദേവദാസ് പ്രകാശനോടു തിരക്കി. ഉണ്ട് ഒരു നല്ല കോളുണ്ട്. അതു കൊണ്ടല്ലേ ഭരണപക്ഷം പ്രതിപക്ഷത്തെ തിരക്കിയിറങ്ങിയത്. ഇപ്പൊഴാ കുമ്പോ ആരും അറിയില്ല. പ്രകാശൻ മെമ്പർ ഇത്രയും പറഞ്ഞപ്പോൾ, എന്നാ വാ അകത്തേക്കിരിക്കാം. അല്ലേ വേണ്ട അല്പം അകലേക്കു നോക്കി ദേവദാസ് പറഞ്ഞു. റോസമ്മ ചേച്ചിയുടെ വീട്ടിൽ വെട്ടമുണ്ട്. ആ എക്സറേ കണ്ണുകൾ എനിക്കു ചുറ്റുമാ പാർട്ടി സെക്രട്ടറിയായിപ്പോയി അല്ലേ ഞാൻ കാണിച്ചു കൊടുത്തേനേ എന്നു പറഞ്ഞ് ദേവദാസ് പ്രകാശനോടു തിരക്കി എന്താ കാര്യം വേഗം പറ. നമ്മുടെ കാവയ്യത്ത് ഒരു മൊബൈൽ ടവർ വരുന്നു. അതു വരുന്ന തുമൂലം നമ്മൾ ഉൾപ്പെടുന്ന ഈ നാട്ടുകാർ റേഡിയേഷൻ മൂലം മറാരോഗം വന്നു ചാകും. അതിന്റെ നിർമ്മാണം തടയണം . തടഞ്ഞേ പറ്റു എന്നു പറഞ്ഞു പ്രകാശൻ വീണ്ടും

ഫോൺ എടുത്തു നോക്കി. നാശം ഒരു കട്ടയേ ഉള്ളൂ സിഗ്നൽ ലെവൽ, ഇന്നീ രാത്രിയിൽ ആരെയൊക്കെ വിളിക്കേണ്ടതാ. മറ്റേന്നാൾ ഗ്രാമസഭയുള്ളതാ എന്നു പറഞ്ഞ് പ്രകാശൻ അരിശം പൂണ്ടു.

അല്പസ്വല്പം പുരോഗമന ചിന്താഗതിയുള്ള ദേവദാസ് ഇതാണോ ഇത്ര കാര്യം', ഒരു മൊബൈൽ ടവർ വരുന്നത് നല്ലതല്ലേ....തന്റെ കൂട്ട് എപ്പോഴും പൊക്കിപ്പിടിച്ചോണ്ട് നടക്കണ്ടാല്ലോ, ഒന്നു നിർത്തി പ്രകാശനെ നോക്കി ദേവദാസ് പറഞ്ഞു. ഫോണിന്റെ റെയിഞ്ചേ, അതാ ഞാൻ ഉദ്ദേശിച്ചത്.

എന്തായാലും നാളെ തന്നെ ടവർ നിർമ്മാണത്തിനെതിരേ ഒരു പ്രതിരോധ സമരം വാർഡ് ഇരുപതിന്റെ പേരിൽ ഞാൻ സംഘടിപ്പിക്കുവാ, താൻ പുരോഗമനം പ്രസംഗിച്ചു നടന്നോ എന്നൊന്ന് ഇരുത്തി പറഞ്ഞിട്ട് പ്രകാശൻ വണ്ടി സ്റ്റാർട്ടാക്കി.

മെമ്പറേ, മെമ്പറൊന്നു നിന്നേ സമരം ആഹ്വാനം ചെയ്യുന്നതിനു മുന്നേ ആ പണി നടക്കുന്നിടത്തെ എക്സിക്യൂട്ടീവിനെ ഒന്നു കാണു, എന്നിട്ട് മെമ്പർ തീരുമാനിക്ക് സമരം വേണമോയെന്ന് ദേവദാസ് പ്രകാശനോടു പറഞ്ഞു. അത് ഞാൻ നോക്കിക്കോളാമെന്ന് രസിക്കാത്ത മട്ടിൽ പറഞ്ഞു പ്രകാശൻ പിരിഞ്ഞു.

പ്രിയപ്പെട്ട നാട്ടുകാരേ അടുത്ത കാലം വരെ ഒന്നു ഫോൺ ചെയ്യണമെങ്കിൽ ഫോണുമായി അങ്ങോട്ടുമിങ്ങോട്ടും നടക്കണ മായിരുന്നു. ചിലപ്പോ ശരിയാകും.അല്ലെങ്കിൽ നെറ്റുവർക്ക് പ്രോബ്ളമായിരിക്കും'എന്നാൽ അതിനൊക്കെ പരിഹാരമായിട്ട് ഇവിടെ ഉയർന്നുവന്ന ഈ മൊബൈൽ ടവർ ഈ നാടിനൊരലങ്കാരവും ആവശ്യവുമാണെന്ന് ഉറക്കെ പ്രഖ്യാപിച്ചു കൊണ്ട് നിർത്തുന്നു നന്ദി നമസ്കാരം. എന്ന് കോട്ടയം കുഞ്ഞച്ചൻ സിനിമയിലെ പച്ചാളം ഭാസിയെ പ്പോലെ ഉദ്ഘാ ടന പ്രസംഗം കഴിഞ്ഞ് വേദിയിൽ നിന്നും പുറത്തേക്ക് കൈവീശി തന്റെ ആത്മാർത്ഥത അറിയിച്ച പ്രകാശനെ നോക്കി ആറു കണ്ണുകൾ മഞ്ഞ ളിച്ചു. ങാ കേൾക്കാം എല്ലാം ക്ലിയറാണ് ഓകെ എന്ന് ആരോടോ ഉച്ചത്തിൽ സംസാരിച്ച് വേദി പിന്നിട്ടുപോയപ്പോൾ പ്രകാശൻ മെമ്പറിന്റെ ഫോണിലെ സിഗ്നൽ അഞ്ചു കട്ടഫുൾ. കൂടാതെ അഞ്ചക്കത്തോളം വിലയുള്ള ഒരു പൊതിക്കെട്ട് പ്രകാശൻ മെമ്പറുടെ അലമാരയിൽ നെറ്റു വർക്കു പരിധിക്കുള്ളിൽ ഭദ്രമായിരുന്നു.

"Accept your past
without regrets,
And face your future
without fears"...
Paulo Coelho